# சத்ரபதி சிவாஜி

## வாழ்க்கை வரலாறு

மா. இராசமாணிக்கம்

We Can Books

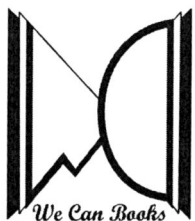

**சத்ரபதி சிவாஜி**

மா.இராசமாணிக்கம்

முதற் பதிப்பு: மே 2025

அட்டை வடிவமைப்பு: தனலட்சுமி விஸ்வநாதன்

வி கேன் புக்ஸ் வெளியீட்டு எண்: 38

**வி கேன் புக்ஸ்** (அலுவலகம்)
3A, டாக்டர் ராம் தெரு, நெல்வயல் நகர்,
பெரம்பூர், சென்னை - 600 011.
செல்: 9003267399

**வி கேன் புக்ஸ்** (Show Room)
Flat No.3 (Ground Floor),
Meenakshi Sundaram Flats
Old Door No.11, New Door No. 33
Sivaji Street, T.Nagar, Chennai - 600 017.
Cell: 9940448599

ISBN: 978-81-968554-6-8

பக்கம்: 88

விலை: ரூ. 100

## பொருளடக்கம்

1. சிவாஜி யார்? — 5
2. உரிமை உணர்ச்சி — 11
3. தனி அரசு காண முயற்சி — 16
4. தனி அரசு வளர்ச்சி — 23
5. அப்ஸல்கான் — 29
6. பிஜப்பூர் வீழ்ச்சி — 40
7. ஷய்ஸ்டகான் — 51
8. சிவாஜியும் சூரத் நகரமும் — 61
9. ஜயசிங்கு — 66
10. சிறைப்படலும் சிறை மீட்சியும் — 72
11. பழிக்குப் பழி — 81
12. சிவாஜியின் குண நலன்கள் — 84

# 1. சிவாஜி யார்?

## உரிமை உணர்ச்சி

ஆறறிவு படைத்த மனிதராகப் பிறந்தவர்க்குச் சிறப்பாக இருக்கத் தகும் உணர்ச்சிகளில் தலை சிறந்தது உரிமை உணர்ச்சி. 'நமது நாட்டை நாமே ஆளவேண்டும்; நம் மொழி – கலை – நாகரிகம் இவை பிறரால் கெடாதவாறு பாதுகாக்கவேண்டும்' என்பதே உரிமை உணர்ச்சி. இவ்வுரிமை உணர்ச்சி உடையவரே மானமுள்ள மனிதர் ஆவர். இத்தகைய மானவீரர் தம் மனச்சான்றுக்கு மாறாக எதனையும் செய்யார்.

## இந்திய மான வீரர்

இந்தியா பல நாட்டார் படையெடுப்புகட்கு ஆளாகியதை இந்திய வரலாறு உணர்த்தும். வேற்று நாட்டவர் இந்தியாவைத் தாக்கித் தம் அரசாட்சியை நிலைநிறுத்த முயன்ற பொழுதெல்லாம் அவ்வந்நிலப்பகுதிகளை ஆண்டுவந்த உரிமை உணர்ச்சியும் மானவுணர்ச்சியும் கொண்ட அரசர் பலராவர். அவர்கள் அப்புதியவரை எதிர்த்து வென்றதுண்டு; அல்லது தோற்று இறந்ததுண்டு. அலெக்ஸாண்டரை எதிர்த்துப் போர் செய்த புருஷோத்தமர் மான வீரர் அல்லவா? கோரி முஹம்மதுவை எதிர்த்துப் போரில் உயிர்துறந்த பிருதிவி அரசர் மானவீரர் அல்லவா?

# சிவாஜி

புதியவர் ஆட்சியில் அகப்பட்டுத் தவித்த தம் நாட்டு மக்களை மீட்டுத் தம் ஆட்சி ஏற்படுத்திய வீரரும் மானவீரரே ஆவர். அவர்களுள் தலை சிறந்தவர் மஹாராஷ்டிர வீரராகிய சிவாஜி. இப் பெரு மக்களுடைய வரலாறுகளை நாம் வாசிப்பதால் தாய்நாட்டுப் பற்று – உரிமை உணர்ச்சி – மொழி, கலை, நாகரிகம் இவற்றில் பற்று – நல்லொழுக்கம் முதலியன பெற்று, இந்திய நன்மக்களாக வாழ இயலும். இந்திய உரிமை வீரருள் சிவாஜியின் வரலாற்றை இந்நூலிற் படிப்போம்.

## சிவாஜியின் முன்னோர்

கி.பி.பதின்மூன்றாம் நூற்றாண்டின் இறுதியில் அலாவுத்தீன் படையெடுப்பினால் படையெடுப்பினால் இராஜபுத்திரர் துன்புறுத்தப்பட்டனர். அவருள் சித்தூரை ஆண்ட அரசர் பெருந்துன்பத்திற்கு உள்ளா யினர். சித்தூர்க் கோட்டை அலாவுத்தீன் வசமானதும் அழகிற் சிறந்த பத்மினி முதலிய இராஜபுத்திரப் பெண் மணிகள் தீக்குளித்தனர்; இராஜபுத்திர வீரர் போரில் ஆவி துறந்தனர். ஆயின் அரசமரபிற் பிறந்த மக்கள் இருவர் தென்னாடு நோக்கிச் சென்று தப்பிப் பிழைத்தனர்.

அவர்கள் மரபில் மாலவன் என்பவன் ஒருவன். அவன் காலத்தில் விந்தமலைக்குத் தெற்கே பிஜப்பூர், அஹ்மத் நகர், கோல்கொண்டா முதலிய முஹம்மதிய சிற்றரசுகள் தலையெடுத்து இருந்தன. மாலவன் அஹ்மத் நகரம் சென்று ஒரு பரிவீரர் தலைவனிடம் வேலையில் அமர்ந்தான். அத்தலைவன் தேவகிரியை ஆண்ட யாதவ மரபினன். அவன் பெயர் யாதவ ராவ் என்பது.

மாலவன் தன் இராஜ புத்திர வீரத்தைக் காட்டிப் படிப்படியாக உயர் பதவிகளை அடைந்தான்.

## ஷாஜி

மாலவனுக்குப் பீர்ஷா என்ற முஸ்லீம் மகானது ஆசியினால் ஓர் ஆண் மகவு பிறந்தது. அதனால் அம்மகனுக்கு ஷாஜி என்ற பெயர் இடப்பட்டது. ஷாஜியும் யாதவராவின் செல்வமகளான ஜீஜாபாய் என்னும் சிறுமியும் சிறுவயதிலிருந்தே ஒன்றாக வளர்ந்து விளையாடிக்கொண்டு வந்தனர். இந்தப் பழக்கத்தினால் அந்த இருவரிடையே அன்பு வளரத் தலைப்பட்டது.

மாலவன் தன் வீரத்தாலும் அரசியல் அநுப வத்தினாலும் 'இராஜா'ப் பட்டம் பெற்றான். அவன் புத்திரரான ஷாஜிக்கும் யாதவ அரசர் பரம்பரையில் வந்த ஜீஜாபாய்க்கும் திருமணம் சிறப்பாக நடைபெற்றது. ஷாஜி போர்ப் பயிற்சி பெற்றுச் சிறந்த வீரராக விளங்கினார். மாலவன் மாண்ட பிறகு அஹ்மத் நகர அரசர் ஷாஜிக்கு மாலவன் ஜாகீரை* அளித்தார்; 'இராஜா' ப் பட்டத்தையும் வழங்கினார்; அவரை மிகவும் அன்புடன் ஆதரித்து வந்தார்.

## மொகலாயர் படையெடுப்பு

ஷாஜி ஜாகீர்தாராக இருக்கையில் ஜஹாங்கீர் என்ற மொகலாயப் பேரரசர் பெரும்படை ஒன்றை அஹ்மத் நகர அரசர்மீது ஏவினர். ஷாஜியும் யாதவராவும் பெரும்படை கொண்டு தாக்கி மொக லாயப் படைகளைப் புறங்கண்டனர். ஆயினும் சூழ்ச்சியில் வல்ல மொகலாய இளவரசரான ஷாஜ ஹான் பெரும்பொருள் உதவி யாதவராவைத் தம் பக்கம்

---

* ஜாகீர் - சிறிய நிலப்பகுதி; அதனை ஆளும் உரிமை பெற்ற வர் ஜாகீர்தார்.

சேர்த்துக் கொண்டார். ஷாஜி ஒருவரே அஹ்மத் நகர அரசர்க்காகப் போராடினர். அஹ் மத் நகர அரசரும் மொகலாய இளவரசரும் ஷாஜி யின் வீரத்தைப் பாராட்டினர்.

அஹ்மத் நகரம் பகைவரால் முற்றுகையிடப்பட்டது. பல மாதங்கள் முற்றுகை நீட்டித்தது. ஷாஜி தம் சிறிய படையுடன் பகைவரது பெரும் படையை எதிர்த்து நின்றார். அந்நிலையில் தோல்வியை எதிர்பார்த்த அஹ்மத் நகர அரசர் பகைவர்க்குப் பணிய விரும்பினார். அதனை விரும்பாத பெரு வீரரான ஷாஜி அஹ்மத் நகரக் கோட்டையிலிருந்து வெளியேறினார். சூல் கொண்டிருந்த அவரது மனைவியாரும் அவரைப் பின்பற்றினார்.

மொகலாயருடன் சேர்ந்துகொண்ட யாதவ ராவ் – ஷாஜியின் மாமனார் – ஷாஜியைத் துரத்திவந்தார். கருக்கொண்டிருந்த தம் மனைவியாரைக் குதிரைமீது நெடுந்தூரம் அழைத்துச் செல்வது கொடுமை அன்றோ? அதனால் ஷாஜி அவ்வம்மையாரைச் சிவநேரி என்னும் கோட்டையில் தம் நண்பரிடம் அடைக்கலமாக விட்டு மறைந்தார். ஷாஜியை – தம் மருமகனைத் – துரத்திவந்த யாதவராவ் அவரைக் காணாது ஏமாந்தார்; சீற்றங்கொண்டார்; தம் மருமகனுக்குப் பதிலாகத் தம் மகளைச் சிறை செய்தார்; ஆயின், மகளும் பிற வீரரும் அவரைக் கேவலமாகப் பேசியதை உணர்ந்து, தம் மகளை விட்டுத் திரும்பினார்.

## சிவாஜியின் பிறப்பு

ஷாஜி பிஜப்பூரை அடைந்தார்; அதன் அரசரான அடில் ஷா என்பவர் ஷாஜியைத் தமது அரசாங் கத்தில் அமர்த்திக்கொண்டார். சிவநேரிக் கோட்டையில் இருந்த ஜீஜாபாய் அம்மையார் தமக்கு ஆண்மகவு

பிறக்குமாயின் அதற்குச் சிவபிரான் பெயரையே சூட்டுவதாக உறுதிகொண்டு பவானி தேவியை வணங்கிவந்தார்.

நல்ல ஓரையில் அவர் விரும்பியவாறே இராஜபுத்திர மரபையும் யாதவ அரசர் மரபையும் விளக்க மிக்க அழகுடன் ஓர் ஆண்மகவு பிறந்தது. அம்மையார் அகமிக மகிழ்ந்து அதற்குச் சிவாஜி என்று பெயரிட்டார்.

## 2. உரிமை உணர்ச்சி

### தாதாஜி காண்டதேவ்

**ஷா**ஜி சிவநேரிக் கோட்டையில் இருந்த தம் மனைவியாரையும் சிறுவராகிய சிவாஜியையும் பிஜப்பூருக்கு அழைத்துக்கொண்டார். சிவாஜிக்கு ஐந்து வயது ஆனபொழுது ஷாஜி, பிஜப்பூர்ச் சுல்தான் கட்டளைப்படி, கர்நாடகத்தின்மீது படையெடுத்துச் சென்றார். அப்பொழுது அவர் தம் செல்வமைந்த ரையும் தமது ஜாகீரையும் தாதாஜி காண்ட தேவ் என்ற வேதியரிடம் ஒப்படைத்துச் சென்றார்.

தாதாஜி காண்டதேவ் ஆழ்ந்து அகன்ற அறிவு உடையவர்; விரிந்த சிந்தையும் பரந்த நோக்கமும் பெற்றவர்; நாட்டை ஆட்சிபுரியும் முறைகளைக் கூறும் பொருள் அர்த்த சாஸ்திரத்தை நன்கு கற்றவர்; மொழி நூல்களைப் படித்துத் தேறியவர். அவரது. திறமையை நன்கு உணர்ந்தே ஷாஜி அவரிடம். சிவாஜியையும் ஜாகீரையும் ஒப்படைத்தார்.

### ஜாகீர் வளம் பெற்றமை

தாதாஜி, ஷாஜியின் ஜாகீரைப் பல வழிகளில் வளப்படுத்தினார்; பூனாவைச் சுற்றி இருந்த காடுகளை

அழித்தார்; அங்கு மாவலர் என்ற வகுப்பினரைக் குடியேற்றினார்; நிலவளம் உண்டாகும்வரை தமக்குப் பகுதி தேவை இல்லை என்றார்; காட்டு விலங்குகளை வேட்டையாட வேடர்கட்குப் பரிசு நல்கினார்; மாவலருள் ஒரு பிரிவினரைப் போர் வீரர்களாக்கி விளை நிலங்களைப் பாதுகாக்கச் செய்தார். இங்ஙனம் தாதாஜி எடுத்துக்கொண்ட முயற்சியால் ஷாஜியின் ஜாகீர் வளத்திற் சிறந்து மிகுந்த வருவாயைத் தந்தது. மாவல வீரர் மறையவரிடமும் சிறுவ ராகிய சிவாஜி யிடமும் பேரன்பு காட்டினர்.

## சிவாஜியின் இளமைக் கல்வி

பெரும் பண்டிதரான தாதாஜி அரச மரபில் தோன்றிய சிவாஜியைத் தம் அருமைப் பிள்ளையாக எண்ணிக் கல்வி கற்பிக்கலானார். சிவாஜி அரச மரபினர் ஆதலின் பேரழகும் பேராண்மையும் பெற்று விளங்கினார். அவரது கூர்த்த பார்வை, அவரது நுண்ணறிவையும் ஆராய்ந்து அறியும் ஆற்றலையும் விளக்கி நின்றது. அவர் தாதாஜியைத் தம் தந்தையாரைப்போல எண்ணி மிகவும் அடக்க மாகவும் மரியாதையாகவும் நடந்துவந்தார்; ஆசிரியரிடம் வடமொழி, மஹாராஷ்டிரம், உருது, பாரசீகம் ஆகிய மொழிகளைக் கற்றார். அன்னையார் ஜீஜாபாயிடம் இராமாயணம், பாரதம் முதலிய வரலாறு களையும் இராஜபுத்திர வீரர் வரலாறுகளையும் தேவகிரியை ஆண்ட யாதவ அரசர் வரலாறுகளையும் ஒழுங்காகக் கேட்டறிந்தார்; இயற்கையில் பேரறிவு படைத்த சிவாஜி, இந்த வரலாறுகளை நன்கு ஆராய்ந்தார்; தம் மரபினை நன்கு அறிந்தார்; தம் மரபில் பிறந்து வளர்ந்து அரசாண்ட பெரு வீரர் வரலாறுகளை எண்ணி மகிழ்ந்தார்; மானத்தையே உயிரினும் பெரிதாகக் கருதி உயிர்விட்ட பத்மினி போன்ற வீரப் பெண்மணிகளை நினைத்துக் களித்தார்; முஸ்லீம்களின் படையெடுப்பால்

தம் மரபு நிலை தளர்ந்ததை உணர்ந்தார்; தம் காலத்தில் உண்டான மொகலாயர் படையெடுப்புகளையும் குடி மக்கள் துன்பங்களையும் நேரிற்கண்டார். அப்பொழுது அறிவிற் சிறந்த அந்தச் சிறுவர் உள்ளத்தில் உரிமை உணர்ச்சி வேரூன்றத் தொடங்கியது. அவ்வுணர்ச்சி அவரிடம் வளரவேண்டும் என்பதே அவர் தாயாரது எண்ணமாகும். தம் மரபு என்றும் நிலை நின்று வாழ ஓர் அரசு காணவேண்டும் என்னும் வேட்கை சிவாஜிக்குச் சிறு வயதிலேயே உண்டாயிற்று.

## அரசியல் அறிவு

தாதாஜி சிவாஜியைத் தம்முடன் அழைத்துக் கொண்டு ஜாகீரைச் சுற்றிப் பார்ப்பது வழக்கம். சிவாஜி ஒவ்வொரு சிற்றூரையும் நன்கு கவனித்தார்; அங்கு வரி விதிக்கும் முறை, வரி வாங்கும் வகை, கோட்டை-கொத்தளங்களின் நிலை, குடிகளின் மனநிலை இவற்றை நன்கு அறிந்தார்; கோட்டைகளின் அமைப்பையும் அவற்றின் பயனையும் நன்கு ஆராய்ந்து அறிந்துகொண்டார். இங்ஙனம் ஜாகீரைச் சுற்றிப் பார்த்தமையால் அதன் எல்லை, அதற்கு உட்பட்ட சிற்றூர்கள், கோட்டைகள், ஜாகீரை ஆட்சிபுரியும் முறை, அரசியல் அலுவலாளரின் பல திறப்பட்ட வேலைகள், அவர்கள் தகுதி முதலியவற்றைச் சிவாஜி நேரிற் கண்டு நிரம்பிய அறிவுபெற வசதி உண்டானது. தாதாஜி பூனாவுக்கருகில் வளம் மிக்க சிற்றூர் ஒன்றை உண்டாக்கி அதற்குச் 'சிவபுரம்' என்று சிவாஜியின் பெயரிட்டார். அச்சிற்றூர் மிக்க வளமுடையதாக இன்றும் இருந்துவருகிறது.

## உரிமை உணர்ச்சி

பிஜப்பூரில் முஸ்லீம்கள் மிகுதியாக இருந்தனர்; அரசரும் முஸ்லீமே ஆவர். அதனால் அந்நகரில் பசுவதை

நடந்துவந்தது. இறைச்சிக் கடைகள் மிகுதியாக இருந்தன. இந்துக்கள் பசு வைத் தெய்வத்தன்மை பொருந்தியதாகக் கருதுதல் வழக்கம். அதனால் இந்துவாகிய சிவாஜி பசு வதையை வெறுத்தார்; இறைச்சிக் கடைகளைக் கண்டு வருந்தினார். அவர் உள்ளம் இந்து தருமத் தில் வேரூன்றி இருந்ததால், பசுவதை யற்ற 'இந்து அரசு' ஒன்று அமைக்க விரும்பினார்; அதற்காக அம்மை பவானியை அகம் குழைந்து வேண்டலானார்.

கர்நாடகத்திலிருந்து மீண்ட ஷாஜி ஒருநாள் தம் மைந்தரை அரச அவைக்கு அழைத்துச் சென்றார்; ஷாஜி அரசர் முன்னிலையில் மண்டியிட்டுச் 'சலாம்' செய்தார். ஆனால் அச்செயலை வெறுத்த சிவாஜி, மண்டியிடாது 'சலாம்' செய்து தந்தையார் அருகில் அமர்ந்திருந்தார். அரசர் சிவாஜியின் அழிகில் ஈடுபட்டார்; அவருக்கு ஆடை ஆபரணங்களை அளித்து மகிழ்ந்தார். சிவாஜி அரச அவைக்குச் சென்ற பொழுதெல்லாம் மண்டியிட்டு வணங்கவில்லை. அதனைப்பற்றி அரசர் ஒரு நாள் அவரைக் கேட்டபொழுது சிவாஜி, "அரசே, நான் என் தந்தையாரையும் அரசரையும் வேறாக நினைப்பதில்லை" என்று சாதுர்யமாக விடை பகர்ந்தார்.

## சமய உணர்ச்சி

சிவாஜி பசுவதையை அறவே வெறுத்தவர் என்பதை முன்னர்க் கூறினோம் அல்லவா? ஒரு நாள் அவர் தெருவழியே போய்க்கொண்டு இருந் தார். அப்பொழுது ஒருவன் பசுவதை செய்ய முயன்றான். உடனே சிவாஜி அவன்மீது பாய்ந்து பசுவை விடுவித்தார்; அவனை நையப் புடைத்தார். அவர் இவ்வாறு பல இடங்களில் கோவதையைத் தடுத்தார்; "பிஜப்பூரில் பசுக்கொலை வரையில் அரச அவைக்குப் போவதில்லை" என்று விரதம் கொண்டார்.

ஷாஜியும் வேறு சில கனவான்களும் சமயம் அறிந்து அரசரிடம் பசுவதையைக் குறித்து இந்துக் மனம் புண்படுவதை எடுத்துக் கூறினர். அதனைக் கேட்ட அரசர், "இனி நகர எல்லைக்குள் பசுவதை கூடாது; இறைச்சி விற்பனையும் கூடாது." என்று கட்டளை யிட்டனர். அவ்வாணையைக் கேட்டுச் சிவாஜி கொண்ட மகிழ்ச்சிக்கு எல்லையுண்டோ?

## 3. தனி அரசு காண முயற்சி

### ஜாகீரைப் பார்வையிடல்

சிவாஜி தம் உயிர்த் தோழர்களுடன் அடிக்கடி ஜாகீர் முழுவதையும் பார்வையிட்டார்; அப் பொழுது அங்குள்ள பள்ளத்தாக்குகள், பாதைகள், அரண்கள், ஆறுகள், கோட்டைகள் முதலியவற்றைக் கூர்ந்து கவனித்தனர்; மலை உச்சியில் ஏறி நான்கு பக்கங்களையும் நோக்கி இயற்கை அமைப்பையும் அம்மலை பாதுகாவலுக்கு ஏற்ற இடமா என்பதையும் ஆராய்ந்தார். இங்ஙனம் சிவாஜி தமது ஜாகீரைப் பன்முறை ஆராய்ந்து தெளிந்தார். அவரைக் கண்ட குடிகள் அவரிடம் தாராளமாகப் பழகினர்; அவரது வடிவழகில் பெரிதும் ஈடுபட்டனர். சிவாஜி அக்குடிமக்களிடம் முக மலர்ச்சியுடன் பேசினர்; அவர்கட்கு வாழ்க்கை யிலும் நாட்டுப் பற்றிலும் பல வழிகளில் ஊக்கம் ஊட்டி வந்தனர்; ஜாகீரில் இருந்த ஏழைகட்கும் ஜாகீர் ஊழியர்க்கும் அவ்வப்போது பொருள் உதவி செய்துவந்தனர். இனிய சொல்லும் பொருள் உதவியும் ஜாகீர் மக்களை வசப்படுத்தின. அவர்கள் சிவாஜியைத் தங்கள் கண்கண்ட தெய்வமாகப் போற்றலாயினர்.

### பக்கத்துக் கோட்டைகள்

தாதாஜி தயாரித்த மாவலர் என்ற வகுப்பைச் சேர்ந்த வீரர்கள் சிவாஜிக்கு உற்ற துணைவர் ஆயினர்;

தனி அரசு காணும் அவரது முயற்சிக்கு ஆவன செய்ய ஆவல் கொண்டனர். சிவாஜி அவ்வீரருடன் சென்று தமது ஜாகீரை அடுத்த ஜாகீர்களின் நிலையையும் வலியையும் ஆராய்ந்து அறிந்தார். அப்பகுதிகள் பிஜப்பூர் அரசர்க்கும் மொகலாயப் பேரரசர்க்கும் உரியன ஆயினும், அவர்களது ஆட்சி அப்பகுதிகளில் வேரூன்றவில்லை. இதனை அறிந்த சிவாஜி, அதுவே தக்க சமயம் எனத்துணிந்து, ஒவ்வொரு கோட்டையாகக் கைப்பற்றத் தொடங்கினார்.

## தோரணக் கோட்டை

அக்கோட்டை பூனா நகரத்திற்கு இருபது கல் தொலைவில் இருந்தது. அதனைக் காவல் காத்து வந்தவர், மழைக் காலத்தில் கோட்டையில் தங்குவதில்லை; மலை அடிவாரத்தில் தங்கியிருந்தனர். இஃதறிந்த சிவாஜி சிறந்த மாவல வீரரை அங்கு அனுப்பினர். அவர்கள் சென்று அக்கோட்டையைக் கைப்பற்றிக்கொண்டனர். இதனை உணர்ந்த கோட்டைக் காவலர் சீறி எழுந்தனர். சிவாஜி அவர்கட்குப் பொருள் தந்து தம் வசப்படுத்திக் கொண்டார். இக்கோட்டை பிஜப்பூர் அரசர்க்கு உரியது. அவர் தம்மீது சினம் கொள்ளாமல் இருப்பதற்காகச் சிவாஜி, 'அரசரது நலனுக்காகவே நான் இதனைக் கைப்பற்றினேன். இதற்கு வழக்கமாகக் கட்டப்படும் இறைப் பணத்தைச் சிறிது கூட்டித் தருவேன்' என்று அரசர்க்குச் செய்தி அனுப்பினார்; அனுப்பிவிட்டுக் கோட்டையைச் சிறந்த பாதுகாவல் உடையதாக மாற்றினார்; அதற் குப் பிரசண்ட கோட்டை எனப் பெயரிட்டார்; அங்குக் கிடைத்த பெரும் புதையலைக் கொண்டு போர்க் கருவிகளை வாங்கி நிரப்பினார்.

## இராஜ கோட்டை

பிரசண்ட கோட்டைக்கு அருகில் பாதுகாப்புக்கு ஏற்ற குன்று ஒன்று இருக்கிறது. சிவாஜி அதனை நன்கு பார்வையிட்டார்; அங்கு ஒரு கோட் டையைக் கட்டினார்; அதற்கு இராஜ கோட்டை என்று பெயரிட்டார். பலர் அங்குச் சென்று வாழலாயினர்.

## சிம்ம கோட்டை

இது பூனாவிற்கு அருகில் இருந்தது. இதுவும் பிஜப்பூர் வேந்தர்க்கு உரியது. இதனைக் கைப் பற்றாவிடில் தமது ஜாகீருக்குப் பிஜப்பூர் மன்னரால் ஆபத்து விளையும்

என்பதைச் சிவாஜி உணர்ந்தார்; அதனால் இதனைக் கைப்பற்ற முனைந்தார். இக்கோட்டைக்கு முஸ்லீம் வீரன் ஒருவன் தலைவனாக இருந்தான். சிவாஜி பணத்தைக் கொடுத்து அவ் வீரனைத் தம் வயப்படுத்தினார்; கோட்டையைக் கைப்பற்றிக்கொண்டார்; பின்னர் அதனைப் புதுப்பித்து அதற்குச் சிம்ம கோட்டை என்ற பெயர் வழங்கினார்.

## புரந்தரக் கோட்டை

இக்கோட்டை மிக்க சிறப்புடையது. இது முதலில் அஹ்மத் நகர அரசர்க்கு உரியதாக இருந்தது; பின்னர் வேதிய வீரன் ஒருவன் அதனைத் தனதாக்கிக்கொண்டு வாழ்ந்தான். அவன் இறந்த பிறகு அவன் மக்கள் மூவரும் தமக்குள் பூசலிட்டுக்கொண்டனர். சிவாஜி அவர்களது பூசலை ஒழித்துக் கோட்டையைச் சுற்றியுள்ள நிலப் பகுதியை அம்மூவர்க்கும் பங்கிட்டுக் கொடுத்தார்; கோட்டையை மட்டும் தமதாக்கிக்கொண்டார்.

## வைசாபுரக் கோட்டை

இது பிஜப்பூர் அரசுக்குச் சொந்தமானது. இதனை முஸ்லீம் வீரன் ஒருவன் பாதுகாத்து வந் தான். அவன் ஷாஜியினது நண்பன். எனினும் அவன் சிவாஜியின் செயலை அறவே வெறுத்தவன். ஆதலால் அவன் கோட்டையைச் சிவாஜியிடம் ஒப்படைக்க விரும்பவில்லை. சிவாஜி ஒரு சேனையை அவன்மீது ஏவினார். அதன் பயனாக வைசாபுரக் கோட்டை சிவாஜிக்கு உட்பட்டது.

## கல்யாணிக் கோட்டை

கல்யாணி என்பது புகழ்பெற்ற பழைய நகரம். அந்நகரத் தலைவன் முல்லா என்பவன். அவன் பிஜப்பூர்

அரசற்கு ஆண்டுதோறும் கப்பம் கட்டுபவன். அவன் ஒரு முறை ஆட்கள் வசம் கப்பம் அனுப்பினான். அதனை அறிந்த சிவாஜி, குதிரை வீரர் சிலருடன் சென்று அக்கப்பப் பொருளைக் கைப்பற்றிக்கொண்டார். அதனால் இருதிறத்தார்க்கும் போர் மூண்டது. முடிவில் முல்லணா தன் அரசை இழந்தான். கோட்டை சிவாஜி வசப்பட்டது. அப்பொழுது முல்லணாவின் மருமகளான பேரழகி கோட்டைக்குள் அகப்பட்டுக்கொண்டாள். இளைஞராகிய சிவாஜி அப்பேரழகியைத் தம் தங்கையாக நடத்தி, அவளைத் தக்க பாதுகாவலுடன் அவள் மாமனாரிடம் சேர்ப்பித்தார்.

## மேலும் பல கோட்டைகள்

சிவாஜி சாம-பேத- தான-தண்டம் என்னும் நால்வகை உபாயங்களையும் பயன்படுத்தி ஒவ்வொரு கோட்டையாகக் கைப்பற்றி வந்தார். கோட்டைக்குள் நுழைய வழி இல்லை ஆயின், சிவாஜியின் வீரர் புல் கட்டுக்காரரைப் போல வேடம் பூண்டு உட்செல்வர்; சென்ற பிறகு புல் சுமைக்குள் இருந்த தம் வாளை உருவிக் கோட்டைக் காவலரைக் கொல்வர்; குழப்பம் விளைப்பர்; உடனே வெவ்வேறு வேடங்களில் அங்கு வந்துள்ள வீரர் பிறரும் வெளிப்படையாகக் கலந்துகொண்டு சமர் விளைப்பர். இத்தகைய பல சூழ்ச்சிகளால் பல கோட்டைகள் கைப்பற்றப்பட்டன.

## வீர வாள்

ஒருநாள் சிவாஜி லிங்கணாக் கோட்டையில் தங்கி இருந்தார். அக்கோட்டையில் சிறந்த வாள் வீரன் ஒருவன் இருந்தான். அவனிடம் விலை உயர்ந்த பளபளப்பானவாள் ஒன்று இருந்தது. அவ்வீரன் சிவாஜியின் நண்பர்தம் தூண்டுதலால் அதனைச் சிவாஜிக்கு அளித்து மகிழ்ந்தான். சிவாஜி

அவ்வீரமகனைத் தன் தளகர்த்தருள் ஒருவனாக ஏற்றுக்கொண்டார். அன்று முதல் அவர் அவ்வாளினைப் பூசித்து வரலாயினர்; அதற்கு 'அம்மை பவானி' எனப் பெயரிட்டு மகிழ்ந்தார். அவ்வாளே அவரது பிற்கால வெற்றிகட்குச் சிறந்த துணையாக இருந்தது.

## பாலாஜி

சிவாஜி கொங்கணத்தின்மீது படையெடுத்தார்; அங்குள்ள இராஜபுரியைத் தாக்கினார்; எளிதில் அதனைக் கைக்கொண்டார். அப்பொழுது இராஜபுரி அரசாங்கக் கணக்கனாக இருந்தவன் பாலாஜி என்பவன். அவன் மஹாராஷ்டிரப் பிராமணன். அவன் தந்தை முதலியோர் அந்நகர முஸ்லீம் அரசரால் வெறுக்கப்பட்டவர்; பாலாஜி சிவாஜிக்கு ஓலை ஒன்று போக்கி அவரது அந்தரங்க நண்பன் ஆனான்.

## தனி அரசு

சிவாஜி இங்ஙனம் பல கோட்டைகளைக் கைப் பற்றி, அவற்றைப் பழுதுபார்த்து, முன் யோசனை யுடன் நன்கு பாதுகாத்துவர ஏற்பாடு செய்தார். அவர், தந்தை தந்த ஜாகீரையும் தாம் கைப்பற்றின கோட்டைகளையும் இனித் தாம் காணப்போகும் தனி அரசுக்கு அடிப்படையாகக் கொண்டார்; தம் தோழர் உள்ளத்திலும் தனி அரசு எண்ணம் வளர்ச்சிபெற ஒருவரை முதல் அமைச்ச ராக்கினார்; ஒருவரைப் பொருள் அதிகாரி ஆக்கினார்; ஒருவரைச் சம்பளம் தரும் அதிகாரி ஆக்கினார்; பாலாஜியைத் தம் அந்தரங்கச் செயலாளர் ஆக்கினார். மாவல வீரர் பலர் பலதிறப்பட்ட சேனைகட்குத் தலைமை பூண்டனர். சிவாஜியின் சேனையில் பதினாயிரம் வீரரும் மூவாயிரம் குதிரை வீரரும் இருந்தனர்.

சிவாஜி தம் குடிமக்களிடம், தாதாஜி வகுத்துச் சென்ற முறையிலேயே, பகுதிப் பணம் வசூலித்து வந்தார்; நிலவளத்தைப் பெருக்கப் பெருமுயற்சி மேற்கொண்டார்; குடிகள் அவரது முயற்சியில் பங்கு கொண்டனர். அரசாங்க அலுவலாளர் சிவாஜியின் நற்குண – நற்செயல்களைக் கண்டு வியந்தனர்; அவருடைய பரந்த அறிவும் விரிந்த மனப்பான்மையும் கண்டு மகிழ்ந்தனர்; அவருக்காகத் தம் உடல் – பொருள் – ஆவி ஆகிய மூன்றையும் உதவத் துணிந்தனர். உண்மை வீரர் பலர், நல்லொழுக்கமும் தெய்வபக்தியும் உண்மை வீரமும் சிறந்த கொள்கையும் உடைய சிவாஜி மன்னரிடம் சேவகம் புரிதலைப் பெரும்பேறு என்று கருதி மகிழ்ந்தனர். இங்ஙனம் இளைஞரான சிவாஜி தம் நல்ல இயல்புகளால் அனைவர் உள்ளத்தையும் கவர்ந்து, சிறிய நாட்டி னுக்கு அரசரானார்.

## 4. தனி அரசு வளர்ச்சி

### பிஜப்பூர் வேந்தர்

சிவாஜி இங்ஙனம் ஒவ்வொரு கோட்டையாகக் கைப்பற்றி வந்ததைப் பிஜப்பூர் வேந்தர் கவனித்து வந்தார். ஆயினும் அவர் முதலில் சிவாஜியின் செயலில் ஐயம் கொள்ளவில்லை; ஆனால் சிவாஜி முல்லணாவைத் தாக்கித் தமக்கு வர இருந்த பகுதிப் பணத்தைக் கைப்பற்றியதும் கல்யாணிக் கோட்டையைக் கவர்ந்ததும் கேட்ட பொழுதே சீற்றம் கொண்டார். 'சிவாஜி தமக்கெனத் தனி அரசு காண முனைந்துவிட்டான்; அம்முயற்சிக்கு ஷாஜி உடந்தையாக இருத்தல் வேண்டும். தந்தையின் இசைவு இன்றித் தனயன் இத்துணிகரச் செயல்களில் இறங்கான்' என்று சுல்தான் தீர்மானித்தார். ஆயினும் அவர், மொகலாயர் தம்மிடம் வெறுப்புக் கொண்டு தமது நாட்டைக் கவர எண்ணியிருப்பதை அறிந்து, ஷாஜியைப் பகைத்துக்கொள்ள விரும்பவில்லை; சிவாஜியின் மீது படையெடுக்கவும் துணியவில்லை. எனினும் அவர் சிவாஜியின் செயலை ஷாஜிக்கு ஒரு கடிதம் மூலம் தெரிவித்தார். அதற்கு ஷாஜி, தம் மைந்தர் செயல்கட்குத் தாம் பொறுப்பாளி அல்லர் என்றும், தம் மைந்தரைத் தண்டிப் பதில் தமக்கு மாறுபாடு இல்லை என்றும் சுல்தானுக்குப் பதில் விடுத்தார்.

சுல்தான் ஷாஜியை நம்பாமல், அவரைச் சூழ்ச்சியால் சிறைப்படுத்தி வருமாறு பாஜி என்னும் ஜாகீர்தாரனை அனுப்பினார்.

## கல் சுவர்

பாஜி தெற்கு நோக்கிப் படையுடன் சென்றான்; செஞ்சிக்கு அருகில் போர் புரிந்துகொண்டிருந்த ஷாஜியைக் கண்டான்; அவருக்கு உதவியாகத் தான் வந்திருப்பதாக நடித்தான்; ஷாஜியைச் சமயம் பார்த்துச் சிறை செய்து சுல்தானிடம் அனுப்பினான். ஷாஜி சுல்தானிடம் சென்று, "எனக்கும் என் மகனுடைய செயல்கட்கும் தொடர்பு சிறிதும் இல்லை" என்று கூறினார். ஆனால் சுல்தான் அக்கூற்றை நம்பவில்லை; ஷாஜியை உயிருடன் நிற்க வைத்து அவரைச் சுற்றிக் கற்சுவர் எழுப்ப ஆணையிட்டார். கொத்தர் ஷாஜியை நிற்கவைத்து ஒவ்வொரு கல்லாக அடுக்கி வந்தனர். சுல்தான் ஷாஜியை நோக்கி, "இப்பொழுதேனும் உண்மையைக் கூறுக என்றார். ஷாஜி, அரசே, நான் முன் கூறியதே உண்மை என்று பதில் அளித்தார். உடனே சுல்தான், "இங்கு வந்து சேரும்படி சிவாஜிக்குக் கடிதம் எழுதுக; அவன் வரவில்லையாயின் தலைக்குமேல் சுவர் எழும்பிவிடும்" என்று சீற்றத்துடன் உரைத்தார்.

## சிவாஜியின் சூழ்ச்சி

சிவாஜி, தம் தந்தையின் ஆபத்தான நிலையைக் கடிதவாயிலாக அறிந்து திடுக்கிட்டார். அவரது தாயாரும் பிறரும் மனம் கலங்கினர். சிவாஜி, "தனியரசு காணவேண்டும் என்னும் எனது வேட்கைக்கும் இடையூறு நேரலாகாது; என் தந்தையும் மீட்சிபெற வேண்டும்." என்று எண்ணி அம்மை பவானியை அகங்குழைய வேண்டினார். பின்னர் அவர் தக்ஷிணத்தில்

மொகலாயப் பேரரசின் பிரதி நிதியாக இருந்தவரும் ஷாஜஹான் பேரரசர் புத்தி ரருமான மூரத் என்பவர் மூலம் பேரரசர்க்கு ஒரு கடிதம் விடுத்தார். ஷாஜி, சிவாஜி ஆகியவர் நட்புத்: தமக்கு இருத்தல் நலம் என்பதை நன்குணர்ந்த பேரரசர், "ஷாஜியை உடனே விடுதலை செய்க" என்று பிஜப்பூர் வேந்தர்க்கு ஆணை விடுத்தார். டெல்ஹி பாதுஷாவின் கடிதம் கண்ட சுல்தான் அஞ்சி ஒடுங்கி ஷாஜியைக் கொல்லாது விட்டார். எனினும் ஷாஜி நான்கு ஆண்டுகள் பிஜப்பூரி லேயே சிறை இருக்கவேண்டியவர் ஆனார்.

## தந்தையார் கடிதம்

அந்த நான்கு வருடங்கட்குள் ஷாஜி தென்னாட்டில் வென்றிருந்த நாடுகள் பிஜப்பூர் அரசுக்கு. அடங்காது தம் ஆட்சி பெறலாயின. அது கண்ட சுல்தான் வருந்தி ஷாஜியைப் பெருஞ்சேனையுடன் தெற்கே அனுப்பினார். அப்பொழுது ஷாஜி, தம்மைச் சிறைசெய்த பாஜி என்ற ஜாகீர்தாரனைப் பழிக்குப் பழிவாங்குமாறு சிவாஜிக்குக் கடிதம் விடுத்துத் தெற்கு நோக்கிச் சென்றார். தந்தையார் பிஜப்பூரில் சிறைப்பட்டிருந்த காலத்தில், சிவாஜி தாம் பிடித்த கோட்டைகளைப் பழுதுபார்த்தார்; ஒவ்வொரு கோட்டையிலும் போர்க் கருவிகளை நிரப்பினார்; தம் படையை வன்மையுடையதாக்கினார்; பாஜி என்ற ஜாகீர்தாரனையும் பிஜப்பூர் அரசரையும் பழிக்குப் பழிவாங்கச் சமயத்தை எதிர்பார்த்துக்கொண்டு இருந்தார்.

## ஔரங்கசீப் படையெடுப்பு

மொகலாயப் பேரரசர் தமது மகனாரான ஔரங்கசீப்பைப் பெரும் படையுடன் அனுப்பி, பிஜப்பூர் அரசரை வென்று வருமாறு ஆணை யிட்டார். மொகலாயப் படை வீறுகொண்டு எழுந்து

வந்தது. பிஜப்பூர் அரசு அச்சேனை வெள்ளத்தின்முன் தத்தளித்தது. அப்பெரிய தானையால் தமது அரசுக்குக் கேடு நேரலாகாது என்பது சிவாஜி விருப்பம். அதனால் அவர் போரில் மொகலாயர்க்கு உதவி செய்வதாகக் கடிதம் விடுத்தார். ஔரங்கசீபும் அதற்கு உடன் பட்டார்; சிவாஜியைப் பேரரசர்க்கு உட்பட்டவராகச் செய்ய ஔரங்கசீப் விரும்பினார். சிவாஜி பேரரசர்க்கு உடந்தையாக இருப்பதாகப் போக்குக் காட்டித் தம் அரசைப் பெருக்குவதில் ஊக்கம் காட்டினார்; அஹ்மத் நகரத்திலும் ஜூனார் நகரத்திலும் புகுந்து கொள்ளையடித்தனர்; அங்குக் கிடைத்த பொருளைக்கொண்டு தமது குதிரைப் படையைப் பெருக்குவதில் முனைந்தார். இதனை அறிந்த ஔரங்கசீப் அச்சம் கொண்டார்;

பிஜப்பூர் அரசை அழித்த பிறகு சிவாஜிமீது பாயலாம் என்று அமைதி கொண்டார். அச்சமயம் மொகலாயப் பேரரசரான ஷாஜஹான் நோய் வாய்ப் பட்டார். அரியணை குறித்து மக்களுக்குள் பூசல் உண்டாயிற்று. அதனை அறிந்த ஔரங்கசீப் போரை நிறுத்தி டெல்ஹிக்கு விரைந்தார்.

## பிஜப்பூர்ச் சுல்தான் சூழ்ச்சியும் முறிவும்

மொகலாயருடன் செய்த போர் திடீரென்று நின்றுவிட்டதால் பிஜப்பூர்ச் சுல்தான் சிவாஜியை அடக்க முனைந்தார்; சிவாஜியைச் சிறைப்பிடிக்கச் சாமராஜன் என்பவனை ஒரு படையுடன் ஏவினர். ஜாவளி ஜாகீர்த் தலைவனும் அச்சதிக்கு உடந்தையாக இருந்தான். சிவாஜி அச் சூழ்ச்சியினைத் தம் ஒற்றர் மூலம் அறிந்து தக்க பாதுகாப்புடன் இருந்தார். குறித்த நேரத்தில் சாமராஜனுடைய படை வீரர் சிவாஜியின் மாளிகையைச் சூழ்ந்துகொண்டனர். முன்னரே தயாராக இருந்த மாவல வீரர் அவர்களை வளைத்துக்கொண்டு

போரிட்டுக் கொன்று குவித்தனர். சாமராஜன் 'தலை தப்பியது தம்பி ரான் புண்ணியம்' என்று உயிருக்கஞ்சி ஓடி மறைந்தான்.

பிறகு சிவாஜி, சதிக்கு உடந்தையாக இருந்த ஜாவளி ஜாகீர்தாரனை ஒழிக்க முற்பட்டார். அவர் இரண்டு வீரர்களைத் தூதர்போல் அனுப்பினார்; தாம் அவர்கட்குப்பின் மாறு வேடத்தில் மாவல வீரருடன் சென்று ஜாவளி நகரில் குறித்த இடத்தில் பதுங்கி இருந்தார். தூதுவர் சென்ற சமயம் ஜாகீர்தாரன் குடிவெறியில் இருந்தான். அதனால் இரு திறத்தார்க்கும் சொற்போர் மூண்டது. அச்சமயத்தில் தூதுவர் இருவரும் திடீரென்று உடைவாளை உருவி ஜாகீர்தாரனை வெட்டி வீழ்த்தினர். உடனே சிவாஜியும் அவருடைய வீரரும்

ஜாவளி நகரில் குழப்பத்தை உண்டாக்கி நகரத்தைக் கைப்பற்றிக்கொண்டனர். ஜாவளி அரசினைச் சேர்ந்த கோட்டைகள் எல்லாம் சிவாஜிக்கு உரியவாயின. சிவாஜி அங்கொரு புதிய கோட்டை ஒன்றைக் கட்டி அதற்குப் பிரதாப கோட்டை எனப் பெயரிட்டார்; அக்கோட்டையில் பவானி அம்மனுக்குக் கோவில் ஒன்றைக் கட்டினார்.

## பிஜப்பூர் வீரர் சிவாஜி வீரர் ஆதல்

பிஜப்பூர் அரசு ஆட்டம் கொண்டதால் அங்குப் பல படைகளில் வேலை செய்துவந்த பட்டாணிய வீரர் ஏறத்தாழ எழு நூற்றுவர் சிவாஜியிடம் வேலைசெய்ய மனமுவந்து வந்தனர். 'பிஜப்பூர் அரசரது சூழ்ச்சியால் அவர்கள் நம்மிடம் வந்திருக்கலாம். அவர்களை வேலையில் அமர்த்தல் நன்மை தரத்தக்க தன்று' என்று சிவாஜியின் துணைவர் கருதினர். பின்னர்ச் சிவாஜி அப்புதியவர்களைப் பல வழிகளில் சோதித்துத் தம் படை வீரராக ஏற்றுக்கொண்டார். பட்டாணியர்

நாளடைவில் தம் வீரச் செயல்களால் மஹாராஷ்டிரர் நம்பிக் கைக்கு உரியவர் ஆயினர்.

## ஜான்ஜிரா'த் துறைமுகம்

இது கொங்கண நாட்டுக் கடலோரத்தில் இருப்பது. இது சிவாஜி காலத்தில் சிறந்த துறைமுகப் பட்டினமாக இருந்தது. இதனில் அபிஸீனிய நாட்டு முஸ்லீம்கள் தங்கிக் கடல் வாணிபத்தை நடத்தி வந்தனர். இந்நகரத் தலைவன் பதீகான் என்ற முஸ்லீம் தலைவன் ஆவன். அவன் பிஜப்பூர் அரசுக்கு உட்பட்டவன். அவன் பெரிய கப்பற் படை ஒன்றை வைத்திருந்தான். அவ்வீரன் சிவாஜியின் அரசுக்கு உட்பட்ட இடங்களில் தீமை இழைத்து வந்தான். அதனால் சிவாஜி அவனை ஒழிக்கக் கருதிப் படை ஒன்றை அனுப்பினார். அப்படை சென்றும் பயனில்லை. பின்னர்ப் பெரும் படை ஒன்று சென்று ஜான்ஜிராவைக் கைப் பற்றியது. பதீகான் பதியிழந்து ஓடிவிட்டான்.

## தனி அரசு வளர்ச்சி

இங்ஙனம் வீர சிவாஜி பலவகைச் சூழ்ச்சிகளைப் பயன்படுத்தி ஏறத்தாழ நாற்பது கோட்டைகளைக் கைப்பற்றிக்கொண்டார். அவரது அரசு நாளொரு மேனியும் பொழுதொரு வண்ணமுமாக வளர்ந்து வந்தது.

## 5. அப்ஸல்கான்

பிஜப்பூர் அரசுக்கு உட்பட்ட ஜாகீர்கள் பல ஒன்றன்பின் ஒன்றாகச் சிவாஜிக்குக் கீழ்ப்படியலாயின. சிவாஜியை அடக்கச் சென்ற ஜாகீர்தார்களும் உயிரிழந்து நாடிழந்தனர். இச்செயல்களால் பிஜப்பூர் அரசர்க்கு உண்டான கவலை கூறுந்தரத்ததன்று. வடக்கே மொகலாயர் படையெடுப்பும் மேற்கே சிவாஜியின் படையெடுப்பும் அவரைக் கவலைக்கு உள்ளாக்கின. அத்துன்ப நிலையில் ஔரங்கசீப் டெல்ஹி சென்றது அவருக்குச் சிறிது ஆறுதல் அளித்தது. அதனால் அவர் தம் முழுக் கவனத்தையும் சிவாஜிமீது செலுத்தத் தொடங்கினார். அரசரது குறிப்பை உணர்ந்த அப்ஸல்கான் என்ற பெருவீரர், "நான் சிவாஜியைச் சிறைப்பிடித்து அல்லது கொன்று வருவேன்" என்று கூறிப் புறப்பட்டார்.

### அப்ஸல்கான் படையெடுப்பு

பிஜப்பூர் அரசினைச் சேர்ந்த படைகள் ஔரங்கசீபுடன் போரிட்டு நஷ்டப்பட்டவை. அதனால் அப்ஸல்கான் பதினாயிரம் பரிவீரரையும் காலாள் வீரரையுமே கொண்டு சிவாஜிமீது படையெடுத்தார். அப்ஸல்கான் மொகலாயருடன் நடத்திய போரில் பெருவீரம் காட்டியவர்; பிஜப்பூர் அரச அவைப்

பிரபுக்களில் ஒருவர். அவர் சிவாஜியின் படை, தமது படையைவிடப் பெரியது என்பதை நன்கறிந்தவர். ஆதலால் அவர் சிவாஜியைச் சூழ்ச்சியால் வசப்படுத்திச் சிறைப்பிடிக்க அல்லது கொல்ல விரும்பினார்; மஹாராஷ்டிரக் குடிமக்களிடம் குழப்பத்தையும் அச்சத்தையும் உண்டாக்க விரும்பித் துளசாபுரம் என்னும் ஊரைத் தாக்கினார்; அங்குப் பவானி கோவிலில் இருந்த அம்மையின் விக்கிரகத்தை உடைத்தார்.

அப்ஸல்கான் தம்மீது படை யெடுத்துவந்த செய்தியைச் சிவாஜி அறிந்தார்; அவரைப் பாதுகாப்பு மிகுந்த பிரதாப கோட்டைக்கு அருகில் மடக்கி அழிப்பதே சரி என்று எண்ணினார்; அதனால் தாம் தங்கி இருந்த இராஜகோட்டையை விட்டுப் பிரதாப கோட்டைக்குப் புறப்பட்டார். இதனை அறிந்த அப்ஸல்கான் பிரதாப கோட்டையை நோக்கிப் படைகளைத் திருப்பினார்; வழியில் இருந்த பண்டரிபுரம், மஹாதேவபுரம் முதலிய ஊர்களில் இருந்த கோவில்களை அழித்து, மறைய வரைத் தாக்கி, 'வேய்' என்னும் நகரத்தை அடைந்து தங்கினார்; சிவாஜிக்கு உட்பட்ட ஜாகீர் தாரர்க்கும் மாவலர் தலைவர்கட்கும் தூது விடுத்துத் தம் பக்கம் சேரவேண்டினர். அச்சம் காரணமாகச் சிலர் அப்ஸல்கானைச் சேர்ந்தனர்; பலர் சேர மறுத்துவிட்டனர். அப்ஸல்கான் சிவாஜியைப் பிடிக்க வழி வகைகளை ஆராயலானார்.

## அப்ஸல்கான் அனுப்பிய செய்தி

சிவாஜியைப் பிடிக்கச் சூழ்ச்சி செய்து கொண்டே அப்ஸல்கான் கிருஷ்ணாஜி பாஸ்கரன் என்பவன் மூலமாகச் சிவாஜிக்குத் தூதுச் செய்தி விடுத்தார். அச்செய்தி, "வீர இளைஞனே, நானும் உன் தந்தையும் உயிர் ஒத்த நண்பர் ஆவோம். ஆதலின் நீ எனக்குப்

புதியவன் அல்லன். நீ என்னை வந்து காண்க. நீ பிடித்த கொங்கண நாட்டுப் பகுதியை உனக்குத் தருமாறு நான் சுல்தானிடம் சிபாரிசு செய்வேன்; உனக்குப் பல சிறப்புகளும் நமது அரசாங்கத்தினிடமிருந்து கிடைக்கும். நீ நேரே சுல்தானைக் காண வருதல் நல்லது; நீ வரக்கூடவில்லை ஆயினும் குற்றமில்லை" என்பது.

## சிவாஜியின் யோசனை

இதற்கு இடையில் சிவாஜி பலவாறு எண்ணமிடலானார். 'நான் அப்ஸல்கானிடம் தோல்வி உறின், எனது தனியரசு காணும் முயற்சி ஒழிந்துவிடும்; நான் அகப்படின், நான் இதுவரை பிஜப்பூர் அரசரை மதியாது செய்த செயல்கட்காக என்ன தண்டனை விதிப்பார் என்பது தெரியவில்லை. உயிர்ப் பிச்சை அளிப்பினும் நான் இனித் தலை நிமிர முடியாது; என்றென்றும் பிஜப்பூர்ச் சுல்தானுக்கு அடங்கிய சாதாரண ஜாகீர்தாரனாக இருந்து வர நேரும். அப்ஸல்கானை எதிர்த்துப் போரிடத் துணியின், அவரை வென்றே தீரவேண்டும். பிஜப்பூர்ச் சுல்தானைப் பகைத்துக்கொண்டுவிட்டோம்; வருவது வரட்டும். அம்மை பவானி அருளால் போரை நடத்துவோம்' என்று தமக்குள் உறுதிகொண்டார்.

சிவாஜியினது மனவுறுதியைக் கண்ட அமைச்சரும் தானைத்தலைவரும் போரிடவே முடிவு செய்தனர். அறிவும் ஆற்றலும் மிக்க அவரது தாயாரும் அதனை வரவேற்று ஆசி கூறினர். தாம் எக்காரணம் கொண்டேனும் இறந்துபடின், அரசை நடத்திவரத் தக்க ஏற்பாடுகளைச் சிவாஜி செய்து முடித்தார்; கொங்கணத்திலும் பிற இடங்களிலும் இருந்த தம் படைகளைப் பிரதாப கோட்டைக்கு அருகில் வந்திருக்குமாறு ஆணை போக்கினார்.

## அப்ஸல்கான் அனுப்பிய தூதன்

அப்ஸல்கான் அனுப்பிய தூதன் சிவாஜியை அடைந்து தான் கொணர்ந்த செய்தியை விளக்கினான். சிவாஜி அவனை நன்கு வரவேற்று உபசரித்தார்; அன்றிரவு அப்பிராமணனைத் தனியே சந்தித்து, "ஐயனே, நீ பிராமணன்; வேதங்களை நன்கு கற்றவன்; வேத விதிப்படி நடப்பவன். நான் வேதங்களையும் இந்து சமயத்தையும் மதித்து நடப்பவன்; நமது மரபை நன்னிலைக்குக் கொண்டுவர வேண்டாவோ? நான் அதற்காகப் பாடுபடுகிறேன் என்பதை நீ அறியாயோ ? நீ உண்மையை உரைக்க வேண்டும். அப்ஸல்கான் உன்னைத் தூதனுப்பியதன் உண்மையான நோக்கம் யாது? நமது சமூக நன்மைக்காக வேனும் உண்மையை ஒளியாது உரைத்தருள்க." என்று வேண்டினார்.

மறையவன் மனம் கரைந்தது. அவன், அப்ஸல்கான் சிவாஜிக்குத் தீமை செய்ய விரும்பியிருப்பதைக் குறிப்பாக உணர்த்தினான். மறுநாள் சிவாஜி அம்மறையவனுடன் கோபிநாத பந்த் என்ற தம் நண்பனை அப்ஸல்கானிடம் தூதனாக அனுப்பினார். இருவரும் அப்ஸல்கானை அடைந்து பணிந்தனர்; "சிவாஜி உம்மைக் காண அஞ்சுகிறார். உம்மைத் தனிமையிற் கண்டு பேச அவர் அச்சப்படுகிறார். ஆதலின் நீர் அவர் உயிருக்கு உறுதி கூறின பிறகே உம்மைக் காண விரும்புகிறார்" என்றனர். அப்ஸல்கான் கேட்டு மகிழ்ந்து, "அங்ஙனமே ஆகுக" என்றார். கோபிநாத பந்த் பகைவர் படை வன்மையையும் அப்ஸல்கானது சூழ்ச்சியையும் நன்கு உணர்ந்து, சிவாஜியிடம் மீண்டான்; மீண்டு யாவற்றையும் விளங்க உரைத்தான்.

## சிவாஜியின் முன் ஏற்பாடு

வேய் என்னும் இடத்தில் அப்ஸல்கானைச் சந்திக்கத் தமக்கு அச்சமாக இருப்பதாகவும் தாம்

இருக்கும் பிரதாப கோட்டைக்கு அருகிலேயே அப்ஸல்கானைச் சந்திக்க விரும்புவதாகவும் சிவாஜி செய்தி சொல்லி அனுப்பினார். தமது சூழ்ச்சியே பெரிய சூழ்ச்சி எனத் தருக்கி நின்ற அப்ஸல்கான் அதற்கு உடன்பட்டார். அதன் பின்னர் வேய் என்னும் நகருக்கும் பிரதாப கோட்டைக்கும் இடைப்பட்ட காட்டில் வழி அமைக்கப்பட்டது; வழி நெடுக மொகலாய வீரர்க்காகத் தண்ணீர்ப் பந்தல்களும் உணவு விடுதிகளும் அமைக்கப் பட்டன. மறுநாள் அப்ஸல்கான் தம் படை வீரருடன் காட்டின் வழியே குறித்த இடத்துக்குச் சென்றார்; வழிநெடுக இருந்த உபசரிப்புகளைக் கண்டு மொகலாய வீரர் வியப்பும் களிப்பும் கொண்டனர். அப்ஸல்கான் மலை அடிவாரத்தை அடைந்த செய்தி சிவாஜிக்கு அறிவிக்கப்பட்டது. அடுத்த நாள் சந்திப்பதென்று ஏற்பாடு ஆயிற்று.

## சந்திப்பிடம்

சந்திக்க ஏற்பாடு செய்யப்பட்ட இடம் பிரதாப கோட்டைக்கு அடியில் அழகிய மலைச்சரிவாகும். மலையடிவாரத்திலிருந்து சந்திப்பு இடம்வரை உள்ள பாதையின் இரு பக்கங்களிலும் நிறைந்த புதர்கள் இருந்தன. அப்புதர் மறைவில் போர்க் கருவிகளுடன் சிவாஜியின் போர் வீரர் எந்த நேரத்திலும் பாயத் தயாராக மறைந்திருந்தனர். சந்திப்பு இடத்தில் அலங்கரிக்கப்பட்ட கூடாரம் ஒன்று கண்ணைக் கவர்ந்தது. கூடாரத்தினுள் மெத்தை தைக்கப்பெற்ற அழகிய விலை உயர்ந்த சோபாக்கள் அழகு செய்தன. பேரரசன் ஒருவன் தன்னை ஒத்த பேரரசனை வரவேற்கத் தக்க முறையில் அக்கூடாரம் காட்சி அளித்தது.

## சிவாஜியின் தயாரிப்பு

சிவாஜி சந்திப்புக்குத் தம்மைத் தயாரித்துக் கொள்ளலானார்; உடலில் இரும்புக் கவசத்தை

அணிந்தார்; அதன்மீது அழகிய சட்டையை அணிந்தார்; தலையில் எஃகுக் குல்லாயையும் அதன் மீது அழகிய தலைப்பாகையையும் அணிந்துகொண்டார்; சட்டையில் வலக்கையில் சிறிய கூர்வாளை (பிச்சுவா) மறைவாக வைத்துக்கொண்டார்; இடக்கை விரல்களில் எவரும் காணமுடியாதபடி வேங்கை நக ஆயுதம் தாங்கினார்; அம்மை பவானியைத் தொழுது அப்ஸல்கானைச் சந்திக்கப் புறப்பட்டார். அவருடன் சென்றவர் இருவரே ஆவர். அவ்விருவரும் சிறந்த வாள் வீரர்; ஒவ்வொருவரும் இரண்டு வாள்களையும் ஒரு கேடயத்தையும் தாங்கிச் சென்றனர்.

## தாயார் ஆசி கூறல்

இம்மூவரும் கோட்டையிலிருந்து கீழ் இறங்கும் பொழுது சிறந்த உத்தமியாராகிய ஜீஜாபாய் அம்மையார் தோன்றினார். தாயைக் கண்ட சேயாகிய சிவாஜி வீழ்ந்து பணிந்தார். அம்மையார் அருமைப் புதல்வரை அன்புடன் அணைத்து, "வீர மைந்த, வெற்றி உனதே!" என்றார்; வாள்வீரரை நோக்கி, "சிவாஜியைக் காப்பது உங்கள் கடமை" என்று எச்சரித்தார். மூவரும் அம்மையாரிடம் ஆசி பெற்று அகமகிழ்ச்சியுடன் கீழ் இறங்கிச் சென்றனர்.

## சிவாஜி அப்ஸல்கான் சந்தீப்பு

குறித்த நேரத்தில் அப்ஸல்கான் சந்திப்பு இடத்திற்குப் புறப்பட்டார். அவரைத் தொடர்ந்து ஆயிரத்துக்கு மேற்பட்ட வீரர் புறப்பட்டனர். உடனே கோபிநாத பந்த் அப்ஸல்கானைப் பார்த்து, "ஐயா, சிவாஜி தங்களைக் காணவே அஞ்சுகிறார். இந்த ஆயிரத்துக்கு மேற்பட்ட வீரரையும் காணின், அவர் ஓடி ஒளிந்துகொள்வார். ஆதலின் நீங்கள் இரண்டொரு வீரருடன் செல்லுதலே தக்கது" என்றான். அதனால்

அப்ஸல்கான் சிவாஜியைப் போல வீரர் இருவர் பின்வரப் பல்லக்கில் சென்றார். அவரைப் பின்பற்றிக் கோபிநாத பந்தும் கிருஷ்ணா ஜியும் சென்றனர். பேரழகுடன் அலங்கரிக்கப்பட் டிருந்த கூடாரத்தைக் கண்டு அப்ஸல்கான் சினந்து, “சிவாஜி ஒரு ஜாகீர்தார் மகன். அவன் தகுதிக்கு மேற்பட்ட நிலைமையில் இந்த அலங்காரங்கள் காணப்படுகின்றனவே!” என்றான். உடனே கோபிநாதன், “ஐயா, இவை உம்மை வரவேற்கத் தனியாக அமைக்கப்பட்டவை. சிவாஜி உம்மைக் கண்ட பிறகு இவை பிஜப்பூர் அரண்மனைக்கு அனுப்பப்பட்டுவிடும்” என்று பக்குவமாகப் பகர்ந்து அவரது சீற்றத்தைத் தணித்தான்.

பின்னர்ச் சிவாஜி கூடாரத்தைக் குறுகினார்; அப்ஸல்கானுடன் வேறு எவருமே கூடாரத்தில் இருத்தல் ஆகாது என்று நிபந்தனையிட்டார். உடனே அப்ஸல்கானுடன் வந்த வீரர் இருவர் வெளியே அனுப்பப்பட்டனர். அதன் பிறகே சிவாஜி கூடாரத்தினுள் நுழைந்தார். கூடார நடுவில் மேடை ஒன்று அமைக்கப்பட்டிருந்தது. சிவாஜி அதன்மீது ஏறி அப்ஸல்கானை வணங்கினார். அப்ஸல்கான் தமது ஆசனத்திலிருந்து எழுந்து சிறிது முன்வந்தார்; சிவாஜியை அணைக்கத் தம் கைகளை நீட்டினார். அவரது தோள் உயரமே இருந்த சிவாஜி அவர் அணைப்பில் அகப்பட்டார். அப்ஸல்கான் திடீரென்று தமது பிடியை இறுக்கினார்; சிவாஜியின் கழுத்தைத் தம் இடக்கையினால் இறுகப்பற்றினார்; வலக்கை யினால் தமது நீண்ட வாளை எடுத்துச் சிவாஜியின் விலாப்புறத்தில் குத்தினார்.

சிவாஜி முன் எச்சரிக்கையுடன் அணிந்து வந்த இரும்புக் கவசம் கத்திக்குத்தைப் பயனற்ற தாக்கியது. திடீரென்று அப்ஸல்கான் செய்த துன்பத்தால் திணறிய

சிவாஜி அறிவுபெற்று, அப்ஸல்கான் வயிற்றண்டைத் தம் இடக்கைகளைக் கொண்டுசென்று, அவரை நன்றாக அணைத்துப் பிடித்து, புலிநகக் கருவியால் அவர் வயிற்றை அழுத்தமாகக் கிழித்துக் குடர் வெளியே வருமாறு செய்துவிட்டார்; பிறகு தாம் வலக்கையில் மறைத்து வைத்திருந்த பிச்சுவாவை அப்ஸல்கானது விலாப் புறத்தில் செருகினார். குத்துண்ட அப்ஸல்கான் தமது பிடியைத் தளர்த்தினார்; உடனே சிவாஜி பிடி யினின்று தப்பினார்; மேடையிலிருந்து கீழே குதித்து வெளியில் காத்திருந்த தம் வீரருடன் கலந்துகொண்டார்.

அப்ஸல்கான் கூடாரத்திற்குள்ளிருந்து, "உதவி ! உதவி ! கொலை! கொலை!" என்று ஓல மிட்டார். உடனே அவருடன் வந்த சிறந்த வாள் வீரரான சையத் பந்த் என்பவன் சிவாஜிமீது பாய்ந்தான்; தனது பெரிய வாளை அவர் தலைமீது வீசினான். அவ்வீச்சு எஃகுக் குல்லாய்மீது பட்டது. அதனால் சிவாஜிக்கு எத்தகைய தீங்கும் நேரவில்லை. சிவாஜியுடன் வந்த வாள்வீரன் ஒருவன் சையத் பந்தின் வலக்கரத்தை வாளால் துண்டித்தான்; பிறகு அவனைக் கொன்றான்.

இதற்கிடையில் பல்லக்கைச் சுமந்துவந்தவர் அப்ஸல்கானைப் பல்லக்கில் ஏற்றிக்கொண்டு புறப்பட்டனர். ஆனால் சிவாஜியுடன் வந்த மற்றொரு. வாள்வீரன் அவர்கள்மீது வாளை வீச, வீச, அவர்கள் பல்லக்கைப் போட்டுவிட்டு ஓடிவிட்டனர். உடனே அவ்வீரன் அப்ஸல்கான் தலையை வெட்டி எடுத்துக் கொண்டு சிவாஜியிடம் ஓடினான். உடனே பிரதாப கோட்டையில் இருந்த பீரங்கிகள் வெற்றி முழக்கம் செய்தன. அக்கோட்டையின் அடிவாரத்தில் தங்கி யிருந்த அப்ஸல்கானுடைய படைவீரர், அவ்வொலி சிவாஜியும் அப்ஸல்கானும் சந்திக்கும் மகிழ்ச்சிக்கு அறிகுறியாகக் கருதினர்.

## பிஜப்பூர்ப் படைகளின் அலங்கோலம்

பீரங்கி முழக்கத்தைக் கேட்டுப் புதர்களில் மறைந்து இருந்த சிவாஜியின் வீரர்கள் பகைவரைத் திடீரென்று நாற்புறமும் வளைத்துக்கொண்டனர். சிறிதும் எதிர்பாராத இந்தத் தாக்குதலைக் கண்ட பகைவர் திகைத்தனர்; தம் தலைவர் கொல்லப்பட்டதையும் அப்பொழுதுதான் உணர்ந்தனர். அவர்கள் தங்கி இருந்த இடம் புதியது. அங்கிருந்து எவ்வாறு தப்புவது என்பதும் தெரியாது விழித்தனர். அவர்கள் வந்த வழியும் மஹாராஷ்டிரப் படைவீரரால் தடுக்கப்பட்டது. அதனால் அவர்கள் வேறு வழியின்றிப்போர் செய்யலாயினர். தலைவரை இழந்து ஓட வழி தெரியாது தவிக்கும் பகைவர் எண்ணிக்கை யினும் சிவாஜியின் படைவீரர் எண்ணிக்கை அதிகமாக இருந்தது. போர் கடுமையாகவே நடந்தது. ஆயிரக்கணக்கானவர் இறந்தனர்; உயிர்ப்பிச்சை வேண்டினவர் பிழைத்தனர். அப்ஸல்கானுடைய மனைவியரும் மூத்தமகனும் வேறு சிலரும் தப்பிச் சென்றனர். அப்ஸல்கானுடைய ஏனைய புத்திரர் இருவரும் வேறு சில சேனைத்தலைவரும் சிறைப்பட்டனர்.

இப்போரில் சிவாஜிக்குக் கிடைத்த பொருள்கள் பலவாகும். போர்க்கருவிகள், வண்டிகள், கூடாரங்கள், படைவீரர்க்குத் தேவையான எல்லாப் பொருள்கள், ஆயிரக்கணக்கான குதிரைகள், ஆயிரத்துக்கு மேற்பட்ட ஒட்டகங்கள், இரண்டாயிரம் ஆடைக்கட்டுகள், பத்துலக்ஷம் ரூபாய் மதிப்பிடத்தக்க நகைகளும் நாணயங்களும் பிறவும் கிடைத்தனவாம்.

## சிவாஜியின் பெருந்தன்மை

சிவாஜி தம்மிடம் சிறைப்பட்டவரைச் சிறப்பாக நடத்தி அவரவர் ஊர்கட்கு அனுப்பினார்; தம் படையில்

ஆற்றல் காட்டிப் போரிட்ட வீரர்கட்குப் பட்டமும் பரிசும் அளித்தார்; புண்பட்ட வீரர்களைக் கண்டு அன்புரை பேசி வேண்டும் உதவிகள் செய்தார்; இறந்துபட்ட வீரர் குடும்பங்கட்குப் பெரும் பொருள் உதவினார்; தானைத் தலைவர்கட்குப் பொன்னும் பொருளும் பரிகளும் கரிகளும் பரிசாகத் தந்தார்; அப்ஸல்கான் தலையைப் பிரதாப கோட்டை அடிவாரத்தில் –பவானி தேவியின் கோவிலுக்கு அருகில் அடக்கம் செய்தார்; அவ்விடத்தில் ஒரு கோரியைக் கட்டினார். அக்கோரி இன்றும் காட்சி அளிக்கின்றது. அப்ஸல்கானிடமிருந்து கைப்பற்றிய விலையுயர்ந்த வாள் சிவாஜியிடம் வந்துசேர்ந்தது.

## இவ்வெற்றியைப் பற்றிய பாமாலை

அப்ஸல்கான் கொல்லப்பட்டதும் பிஜப்பூர்ச் சேனையின் அழிவும் மஹாராஷ்டிரத் தனி அரசுக்குச் சிறந்த அடிப்படை அன்றோ? அதனால் மஹாராஷ்டிர மக்கள் இந்நிகழ்ச்சியைத் தங்கள் எதிர்கால வாழ்விற்கு உரிய நற்சகுனமாகக் கொண்டு களித்தனர்; பாடகர் இந்நிகழ்ச்சியைப் பல பாடல்களாக வருணிக்கத் தொடங்கினர். அப்பாமாலை மஹாராஷ்டிர மக்கள் உள்ளத்தைக் கவர்ந்தது; தங்கள் பெருவீரராகிய சிவாஜியின் வெற்றியைக் கிராம மக்கள் முதல் நகர மக்கள் ஈறாக அனைவருமே பாடிக் களித்தனர். அப்ஸல்கான் சேனை மஹா ராஷ்டிரர் சிற்றூர்களை அழித்தமை – சிவாஜியின் தந்திரம் – தூதுவர் சென்று மீண்டமை – இருவீரர் சந்திப்பு – சிவாஜியின் திறமை – இருவகைப் படை கட்கும் நடந்தபோர் – போர் முடிவு முதலிய செயல்கள் அப்பாமாலையில் கேட்போர்க்கு உள்ளக் கிளர்ச்சி உண்டாகுமாறு வருணிக்கப்பட்டிருந்தன. சிவாஜி– அப்ஸல்கான் சந்திப்புப் பற்றிய விவரங்களை எல்லாம் சிவாஜியின் அவைப் புலவரான பூஷணன் என்பவர் சிறந்த ஒரு பாமாலையாகப்பாடியுள்ளார்.

## 6. பிஜப்பூர் வீழ்ச்சி

### ரஸ்டம்கான் படையெடுப்பு

சிவாஜியின் பெருவெற்றியைக் கேட்ட ஜாகீர்தார் சிலர், தம் கோட்டைகளை அவர்வசம் ஒப்பு வித்து நண்பர் ஆயினர். அங்ஙனம் நண்பர் ஆன வருள் பனகலக் கோட்டை ஜாகீர்தார் ஒருவன். இங்ஙனம் தம் ஆட்சிக்கு உட்பட்ட பல கோட்டைகளும் நகரங்களும் ஒன்றன்பின் ஒன்றாகச் சிவாஜியிடம் சிக்கியதைக் கேட்ட பிஜப்பூர்ச் சுல்தான் பெரிதும் வெகுண்டார். அதனால் அவர் ரஸ்டம்கான் என்னும் சேனைத் தலைவருடன் பெருஞ் சேனையை அனுப்பினார். அத்தலைவர் படையெடுத்து வருவதை ஒற்றரால் அறிந்த சிவாஜி பெரும்படையுடன் சென்றார்; தாமே முன்னின்று போரை நடத்தினார். ரஸ்டம் கான் போரில் தோல்வியுற்று மறைந்தார்.

### சித்திஜோஹர் படையெடுப்பு

சுல்தான், ரஸ்டம்கான் தோல்வியுற்றதைக் கேட்டு மிகவும் வருந்தினார்; தம் படைப்பலம் எல்லாம் சேர்த்து சித்திஜோஹர் என்பவரிடம் ஒப்புவித்து அனுப்பினார். அத்தலைவருடன் அப்ஸல்கான் புத்திரரான முஹம்மது என்பவர் சிவாஜியைப் பழி வாங்கும் நோக்கத்துடன் வந்தனர். இங்ஙனம் சித்தி ஜோஹர் தலைமையில்

ஒரு பெரும்படை சிவாஜியைத் தேடிச் சென்றது. மற்றொரு பக்கம் ஜான்ஜி ராவின் தலைவரான பதீகான் என்பவர் (முன்பு சிவாஜியிடம் தோற்றவர்) சுல்தான் கட்டளைப்படி சிவாஜியைத் தாக்கச் சென்றார். வேறொரு பக்கம் சவந்தவாடித் தலைவர் தம் படையுடன் சென்றார். இவ்வாறு மூன்று பக்கங்களிலும் மூன்று படைகள் தம்மை நோக்கி வருவதைச் சிவாஜி அறிந்தார்; அம்மூன்று படைகளும் ஒன்று சேராதவாறு தடுக்க முனைந்தார்; சேனையை மூன்றாகப் பிரித்து அணி வகுத்து அனுப்பினார். சமயோசித அறிவுடன் சிவாஜி செய்த இத்திறமை மிகுந்த திட்டத்தினால் பகைவர் மூவரும் ஒன்றுசேர முடியவில்லை; சவந்தவாடித் தலைவரும் பதிகானும் தனித்தனியே தோற்று ஓடினர்.

## பனகலக் கோட்டை முற்றுகை

சித்திஜோஹர் தம் பெருஞ் சேனையுடன் சென்று சிவாஜி இருந்த பனகலக் கோட்டையை வளைந்துகொண்டார். முற்றுகை கடுமையாக நடந்தது. சிவாஜியே முன் நின்று அம்முற்றுகையை நான்கு திங்கள் சமாளித்து நின்றார். எனினும் அவர் கூண்டில் அகப்பட்ட சிங்கம் போலப் பதறினார். நான்குமாத காலமாகக் கோட்டைக்கு வெளியே தமது நாட்டு நடப்பு ஒன்றுமே அவர் தெரிந்துகொள்ள முடியவில்லை. அதுவே அவருக்குப் பெருங்கவலையை உண்டு பண்ணியது. அதனால் அவர் பனகலக் கோட்டையிலிருந்து தந்திரமாகத் தப்பிச் செல்லவேண்டும் என்று முடிவு செய்தார்; சித்திஜோஹருக்குக் கீழ்வருமாறு செய்தி சொல்லி அனுப்பினார்: “வீரத் தலைவரே, உமது வீரம் பாராட்டத்தக்கது. உம்முடன் போர்புரிதல் அருமை. ஆதலால் நான் கோட்டையை உம்மிடம் ஒப்புவித்துப் பணிந்து வாழ விரும்புகிறேன்.”

## சிவாஜி தப்பிச் செல்லுதல்

சிவாஜி அனுப்பிய செய்தியை உண்மை என்று சித்திஜோஹர் நம்பினார்; சிவாஜியை நேரிற்கண்டு கலந்து பேசினார்; மறுநாள் ஒரு முடிவுக்கு வருவதாக இருவரும் பேசி அகன்றனர். அதனால் பகைவர் மலை அடிவாரத்தில் தம் காவலைத் தளர்த்திவிட்டனர். அறிவிற் சிறந்த சிவாஜி அதனைத்தான் எதிர்பார்த்தார் அல்லவா? அதனால் அவர் தம் வீரர் சிலருடன் கோட்டையிலிருந்து வெளியேறினார்; விசாலகட்டம் (விஸ்ஹால்கார்) என்னும் கோட்டையை நோக்கிச் சென்றார்.

இங்ஙனம் சிவாஜி தப்பிச் செல்வதை அறிந்த சித்திஜோஹர் பெரிதும் ஏமாற்றம் அடைந்தார்; 'கைக்கெட்டியது வாய்க்கு எட்டவில்லையே!' என்று வெட்கினார்; முடிவில் அப்ஸல்கான் புத்திரர் தலைமையில் ஒரு படையை அனுப்பிச் சிவாஜியைத் தடுக்க முயன்றார். அப்படை காற்றினும் கடுகிச் சென்றது. சிவாஜி விசால கட்டத்திற்கு ஆறு கல் தொலைவில் சென்றுகொண்டிருந்தார். அப்போது பகைவர் சேனை அவரை நெருங்கிவிட்டது. அதனால் அவர் தம் துணைவனான பாஜி தேசபந்தினிடம் ஒரு சேனையை ஒப்படைத்து, "நான் கோட்டையை அடைந்தவுடன் ஐந்து வெடி போடுவேன். அவ் வோசை கேட்கும்வரை நீ பகைவரை வழி மறித்து நிறுத்திப் போர் புரிக. எனது உயிர் உன் தாக்கு தலில் இருக்கிறது," என்று உருக்கமாக உரைத்து விரைந்தார்.

## பாஜியின் தியாகம்

பாஜி சிவாஜிக்குக் கவசம் போன்றவன். அவன் தன் தலைவர் உயிரைக் காக்க முழு மனத்துடன் ஒப்புக்கொண்டான். அவன் ஒரு கணவாயின் முகப்பில்

தன் படைகளை அணி வகுத்துப் பீரங்கிகளை உயரத்தில் எழுப்பித் தயாராக வைத்திருந்தான்; பகைவீரர் தலைகால் தெரியாமல் விரைந்து கணவாயை நெருங்கினர். உடனே பாஜியின் பீரங்கிகள் குண்டு மழையை அவர்கள் மீது பொழிந்தன. அதனால் பகைவர் படையில் பாதி சேதமுற்றது. முஹம்மது கடும்போர் புரிந்தான். பாஜி மூன்று மணி நேரம் கொடிய போரை நிகழ்த்தினான். பகைவர் படைகள் மேலும் மேலும் வந்து குவிந்த வண்ணம் இருந்தன. அதனால் குறிப்பிட்ட சில வீரரைக் கொண்ட மஹாராஷ்டிரப் படை நெடுநேரம் சமாளித்து நிற்க முடியவில்லை; அப்படைக்கு முதல் நாள் இரவு முழுவதும் தூக்கம் இல்லை; இரவெல்லாம் நடைதான்; மறுநாள் முழுவதும் நடை; உணவு உண்ண வசதி இல்லை. இத்துன்ப நிலையில் அவர்கள் இந்த அளவு கடும்போர் செய்தது பாராட்டத் தக்கதன்றோ? மஹாராஷ்டிரப் படை வலி இழந்தது. பாஜி குண்டு ஒன்றுபட்டுக் கீழே விழுந்தான். உயிர் போகுந் தருணம். அப்பொழுது விசாலகட்டத்திலிருந்து ஐந்து வெடிகளின் ஓசை பாஜியின் செவிகளிற்பட்டது. அப்பெருவீரன் – தன் தலைவர் உயிரைக் காக்கத் தன் உயிர் துறந்த தியாக புருஷன் – மலர்ந்த முகத்துடன் ஆவி துறந்தான். எஞ்சி இருந்த மஹாராஷ்டிர வீரர் பாஜியின் உடலைத் தூக்கிக்கொண்டு காட்டு வழிச் சென்று விசாலகட்டத்தை அடைந்தனர்.

## மீண்டும் போர்

தமது படை சென்றும் சிவாஜி அகப்படாததைக் கேட்ட சித்திஜோஹர் சொல்லொணாத் துயர முற்றார்; தாமே பெரும்படை கொண்டுசென்று விசாலகட்டத்தை முற்றுகையிட்டார். அவரது செயலற்ற நிலையைக் கேட்ட பிஜப்பூர் சீற்றங்கொண்டு, தாமே தலைமை வகித்து மிகப் பெரிய சேனையுடன் புறப்பட்டார்; தமக்கு

உரியனவாக இருந்து சிவாஜியால் கைப்பற்றப்பட்ட கோட்டைகள் பலவற்றைக் கைப்பற்றினார்; இதற்குள் மழைக்காலம் வந்துவிட்டது; அதனால் சிறிது காலம் பாசறையில் ஓய்வு பெற்றனர்.

முன்னர்ச் சிவாஜியின் தந்தையான ஷாஜியைச் செஞ்சிக் கோட்டைக்கு அருகில் சிறைப் பிடித்தவன் மத்தள ஜாகீரின் தலைவன். அவன் பெயர் பாஜி கௌரி பந்த் என்பது. அவன் சுல்தானுக்கு வேண்டியவன். சவந்தவாடித் தலைவன் சிவாஜியைப் பிடிப்பதாகக் கூறித் தமக்குப் படையுதவி வேண்டுமென்று சுல்தானை வேண்டினான். அதனால் சுல்தான் பாஜியையும் மற்றொரு படைத்தலைவனையும் சவந்தவாடித் தலைவனுக்கு உதவியாக அனுப்பினார்.

இதனை ஒற்றரால் உணர்ந்த சிவாஜி, அவர்களை ஒன்று சேர முடியாதபடி செய்யத் தீர்மானித்தார்; தம் தந்தையாரைச் சிறைப்படுத்திய பாஜியைப் பழிவாங்கவும் விரும்பினார். அதனால் அவர் விசால கட்டத்திலிருந்து புறப்பட்டார்; நேராக மத்தள நாடு சென்றார்; பாஜியைப் போருக்கு இழுத்து அவனைத் தன் வாளுக்கு இரையாக்கி மகிழ்ந்தார்; அவனைச் சேர்ந்த மூவாயிரம் வீரரையும் கொன்றார்.

## சவந்தவாடித் தலைவன்

பாஜியின் இறப்பைக் கேட்ட சுல்தான் வருந்தினார்; மற்றொரு படையைச் சவந்தவாடித் தலைவனுக்குத் துணையாக அனுப்பினார். அதனை அறிந்த சிவாஜி அப்படையை வழிமறித்தார்; தம் மாவல வீரரை ஏவிப்போர் தொடுத்தார்; சுல்தான் படை அழிந்தது. இதனை அறிந்த சவந்தவாடித் தலைவன் பெரிதும் அச்சங் கொண்டான். சிவாஜி அவன் ஜாகீரிற் புகுந்தார். உடனே அத்தலைவன் போர்ச்சுகீசியர் இருந்த

கோவா நகரில் அடைக் கலம் புகுந்தனன். உடனே சிவாஜி, "அத்தலை வனை விடாவிடில் கோவா நகரம் அழிக்கப்படும்" என்று எச்சரிக்கை செய்தார். போர்ச்சுகீசியர் அஞ்சி அத்தலைவனைக் கைவிட்டனர். உடனே அவன் வேறு வழியின்றிச் சிவாஜியிடமே அடைக்கலம் புகுந்தான்; தான் சிவாஜிக்கு அடங்கிய சிற்றரசனாக இருந்து கப்பம் கட்டி வாழ இசைந்தான்.

## போர்ச்சுகீசியர்

சிவாஜி ஒரு பெரும் படையைக் கொங்கண நாட்டைக் கைப்பற்ற அனுப்பினார். அப்படை ஒவ்வொரு நகரமாகக் கைப்பற்றியது. அதனால் போர்ச்சுகீசியர் நகரங்களும் பாதிக்கப்பட்டன. போர்ச்சுகீசியர் அஞ்சினர்; பின்னர் ஒருவன் துர்ப்போதனையினால் சிவாஜியிடம் சமாதானம் பேசுவதாகப் போக்குக் காட்டிச் சிவாஜியைத் தாக்கத் துணிந்தனர். சிவாஜி இச்சூழ்ச்சியை ஒற்றரால் உணர்ந்தார்; தம் படையைத் தயராக வைத்திருந்தார். போர்ச்சுகீசியர் சிவாஜியிடம் வந்து சமாதானப் பேச்சைத் தொடங்கினர். அவர்கள் பேசிக்கொண்டு இருக்கும்பொழுதே போர்ச்சு கீசியப் படை ஒன்று அங்குத் தோன்றியது. உடனே தயாராக இருந்த மஹாராஷ்டிர வீரர் அச்சேனையைத் தாக்கினர். போர் கடுமையாக நடந்தது. சிவாஜியே முன்னின்று போரை நடத்தினார். பகைவர் என்னும் கடலில் சிவாஜி என்னும் மரக்கலம் அஞ்சாது நடமாடியது. அவர், புலிக் கூட்டத்துள் சிங்கம் பாய்வதைப்போலப் பாய்ந்து சமர் செய்தார். போர்ச்சுகீசியர் தோல்வியுற்றுத் தஞ்சம் புகுந்தனர். உடனே இருதிறத்தார்க்கும் ஓர் உடன்படிக்கை நடந்தது. அதன்படி போர்ச்சுகீசியர் ஆண்டுதோறும் பல பீரங்கிகளைக் கப்பமாகச் செலுத்த இசைந்தனர்; தங்கள் வாணிகக் கப்பல்கட்குச் சுங்கவரி செலுத்தவும் ஒப்புக்

கொண்டனர்; இவ்வுடன்படிக்கைக்கு அடையாளமாகப் பெரும்பொருளைச் சிவாஜிக்குக் கொடுத்தனர்.

## பிஜப்பூர் வீழ்ச்சி

பிஜப்பூர் அரசு வரவர வன்மை இழந்துவிட்டது. அப்ஸல்கான் இறந்தார்; ரஸ்டம்கான், சித்திஜோஹர் போன்ற முஸ்லீம் படைத்தலைவர் அழிந்தனர்; பாஜியைப் போன்ற ஜாகீர்தார்கள் ஒழிந்தனர். எஞ்சியிருந்த ஜாகீர்தார்கள் பிஜப்பூர் ஆட்சியிலிருந்து பிரியக் கலகம் செய்தனர். இவற்றால் பிஜப்பூர்ச் சுல்தான் வலியற்று, வீர சிவாஜியுடன் சமாதான உடன்படிக்கை செய்துகொள்ள வேண்டியவர் ஆனார்.

## ஷாஜி-சமாதான தூதர்

சிவாஜியுடன் சமரஸம் செய்துகொள்ள விரும்பிய சுல்தான் சிவாஜியின் தந்தையாகிய ஷாஜி யையே சமாதான தூதராகச் சிவாஜியிடம் அனுப்பினார். ஷாஜி மனமகிழ்ச்சியோடு அப்பணியை ஏற்றுக்கொண்டார். தம் செல்வ மைந்தராகிய சிவாஜி ஒரு ஜாகீர்தார் புத்திரராகப் பிறந்தவர்; அவர் தமது உரிமை உணர்ச்சியால் உந்தப்பட்டு பல கோட்டைகளைக் கைப்பற்றிச் சாம–பேத–தான்– தண்டம் என்னும் நால்வகைச் சூழ்ச்சிகளையும் பயன் படுத்திப் பெருவீரர்களைக் கொன்று வெற்றி கண்டவர்; பலரைத் தோற்று ஓடச் செய்தவர். பலம் பொருந்திய பிஜப்பூர்ச் சுல்தானே சமாதானம் செய்துகொள்ள விரும்பினர் எனின், சிவாஜியின் ஆற்றலை என்னென்பது! இத்தகைய பெருவீரரைப் பெற்ற ஷாஜி அளவற்ற மகிழ்ச்சி கொண்டார். அவர், தம் வீர மைத்தரைப் பற்றி நாடு முழுவதும் பாராட்டுதலைக் கண்டும் கேட்டும் அளவற்ற மகிழ்ச்சி அடைந்தார்.

## தந்தை-தனையர் சந்திப்பு

சிவாஜியும் ஷாஜியும் ஒரு கோவிலின் முன் சந்திப்பதெென ஏற்பாடாயிற்று. ஷாஜி அவ்விடத்துக்கு வந்து சேர்ந்தார். உடனே சிவாஜியின் முதல் அமைச்சனும் தளகர்த்தரும் அவரை வரவேற்றனர். குறித்த நேரத்தில் சிவாஜி அங்குச் சென்றார்; தந்தையார் திருவடிகளைப் பணிந்து நின்றார். தந்தையார், அரசராக விளங்கும் தம் செல்வத் தனையரை மார்புறத் தழுவி மகிழ்ந்தார். சிவாஜியின் கண்கள் மகிழ்ச்சி நீரைச் சொரிந்தன. அவ்வமயம் ஜீஜாபாயும் சிவாஜியின் மனைவியர் இருவரும் அன்புடன் வந்து ஷாஜியை வணங்கி நின்றனர். பின்னர் அனைவரும் சிவாஜியின் அரண்மனைக்குச் சென்றனர்.

## தந்தையார் வாழ்த்து

அனைவரும் உண்டு அளவளாவினர். அப் பொழுது ஷாஜி தம் மைந்தரை நோக்கி, “ஐயனே, நீ நமது வீர மரபிற்குரிய செயல்களையே செய்து வருகின்றாய். நான் உன் போர்த்திறனையும் வீர வாழ்வையும் பற்றி அடிக்கடி கேட்டு மகிழ்வதுண்டு. மஹாராஷ்டிரர் நின்னால் ஒற்றுமைப்பட்ட சமூகம் ஆகின்றனர்; இச்சமூகம் ஒற்றுமை அற்றிருந்ததால் பிறர்க்கு அடிமைகளாக வாழ வேண்டியவர் ஆயினர்; இப்பொழுது உனது விடா முயற்சியாலும் பேருழைப்பினாலும் மஹாராஷ்டிரர் பலம் பொருந்திய சமூகத்தினர் ஆகிவருகின்றனர். உனது உழைப்பினால் தோன்றியுள்ள அரசு நிலைநிற்கும். உனது பெயர் இந்நாட்டு வரலாற்றில் நல்லிடம் பெறும். நீ உனது ஆசையை நிறைவேற்றி அம்மை பவானியின் அருளால் வாழ்வாயாக!” என்று வாழ்த்தினார்.

பின்னர் அவர் மைந்தரை நோக்கி, “அப்பனே, நான் இதுவரை தாங்கியிருந்த இந்த வீர வாளை நீ

பெற்றுக்கொள். இஃது உனக்கு வெற்றியே அளிக்கும். நான் சிறிது காலம் உன்னுடன் இருத்தல் இயலாது. நான் கர்நாடகத்தில் இருப்பின் தெற்கே மஹாராஷ்டிரர் செல்வாக்கு ஏற்பட வசதியாகலாம். ஆதலின் என்னை இங்கு இருக்குமாறு வேண்டாதே. நீ பிஜப்பூருடன் ஒப்பந்தம் செய்துகொண்டு கவலையற்று நாட்டை ஆள்வாயாக! நான் உயிருடன் இருக்கும்வரை பிஜப்பூர்மீது படையெடுத்துச் செல்லற்க" என்றார்.

## உடன்படிக்கை

சிவாஜியின் சம்மதத்தைப் பெற்றுக்கொண்டு ஷாஜி பிஜப்பூர் சென்றார்; சென்றவர் செஞ்சி, தஞ்சை முதலிய இடங்களைக் கைப்பற்றி ஆண்டார். பின்னர்ச் சிவாஜிக்கும் பிஜப்பூர்ச் சுல்தானுக்கும் உடன்படிக்கை ஏற்பட்டது. 'அன்றளவும் சிவாஜி கைப்பற்றின நாடுகள் அவர்வசமே இருத்தல் வேண்டும்; அவற்றை மீட்கச் சுல்தான் முயல்வதில்லை. சுல்தான் சிவாஜியைத் தமக்குச் சமமான அரசராக மதித்து நடத்தல் வேண்டும். இரு வேந்தரும் நேசமாக வாழ்தல் வேண்டும். இருவரும் ஒருவர்க்கொருவர் துணைவராக இருத்தல் வேண்டும்' என்பன உடன்படிக்கை விவரங்கள் ஆகும்.

## சிவாஜியின் கப்பற்படை

சிவாஜி அரசர் கொங்கண நாட்டைக் கைப்பற்றிய பொழுது அந்நாட்டுத் துறைமுகங்கள் அவர் வசப்பட்டன. ஆனால் அங்கு ஜான்ஜிரா மாகாணத் தலைவராக இருந்த பதீகான் தம் கப்பற்படையைக் கொண்டு சிவாஜியின் நகரங்களைத் தாக்கி வந்தார். அதனால் சிவாஜியினிடம் ஒரு பண்பட்ட கப்பற்படை தேவைப்பட்டது. அவர், கப்பல் கட்டுவதில் வல்லவர் பலரைப் பல நாடுகளிலிருந்து வரவழைத் தார்; ஏறக்குறைய ஐந்நூறு மரக்கலங்களைக் கொண்ட

கப்பற்படையைத் தயாரித்தார்; துறை முகங்களை ஒழுங்காக்கினார்; தம் கப்பல்கள் நிற்ப தற்கு வேண்டிய வசதிகள் செய்தார்; துறைமுக நகரங்கள் பாதுகாவல் மிகுந்தவையாக இருக்கக் கோட்டைகள் கட்டினார். இங்ஙனம் தயாரித்த கப் பற்படை மூர், ஆங்கிலேயர், பிரெஞ்சுக்காரர், போர்ச்சுகீசியர் முதலியவர் கப்பல்கட்கு அச் சத்தை உண்டாக்கத் தக்கதாக இருந்தது. இக்கப்பல் படையினால் மஹாராஷ்டிர நாட்டுக் கடல் வாணிபம் செழிப்புற்றது.

# 7. ஷய்ஸ்டகான்

ஔரங்கசீப், தாம் பேரரசர் ஆனபிறகு விந்த மலைக்கு இப்பாற்பட்ட தம் நாடுகளை மேற்பார்க்க ஷய்ஸ்டகான் என்ற முதியவரை அனுப்பினார். அம்முதியவர் பேரரசரது தாய் மாமன்; டெல்ஹி அரச அவையில் இருந்த பிரபுக்களில் முதன்மையானவர்; சிறந்த படைத்தலைவர். அவர் சென்ற இடமெல்லாம் வெற்றி முழக்கத்துடன் மீண்டவர். அவர் சிவா ஜியை ஒடுக்குவதற்காகவே அனுப்பப்பட்டவர். பிஜப்பூர் சுல்தான் சிவாஜியின் மீது படையெடுக்கும் பொழுது சிவாஜிமீது படையெடுத்து அவரை ஒடுக்க வேண்டும் என்று பேரரசர் கட்டளையிட்டார். அதன்படி, சென்ற பகுதியிற் கூறியவாறு பனகலக் கோட்டையில் சிவாஜி அகப்பட்டு இருந்தபொழுது ஷய்ஸ்டகான், அதுவே தக்க சமயம் என்று கருதி, மஹாராஷ்டிரத்தின்மீது படையெடுத்தார்.

## மொகலாயர் படையெடுப்பு

ஷய்ஸ்டகான் பெரும் படையுடன் அஹ்மத் நகரை விட்டுப் புறப்பட்டார்; மஹாராஷ்டிர நாட்டு எல்லைக்குள் புகுந்தார். கடல்போன்ற அவரது சேனையைக் கண்ட மஹாராஷ்டிர வீரர் நேர் நின்று போர் புரியவில்லை; அப்பெரும் படையைத் தந்திரத்தால் வெல்லவேண்டும் என்று கருதி வழிவிட்டனர். அதனால்

மொகலாயர் சிறிதும் தடையின்றி ஒவ் வொரு கோட்டையாகப் பிடித்துக்கொண்டு பூனாவை நோக்கிச் செல்லலாயினர். சிவாஜியின் வீரர் அங்கங்குமொகலாயர் படைகளுக்குப் பின்சென்று திடீர் திடீர் எனத் தாக்கிப் பெருஞ் சேதம் விளைத்தனர்; மொகலாயர் தங்கி இருந்த இடங்களை இரவில் சூழ்ந்துகொண்டு போர் செய்தனர்; மொகலாயர்க்கு வந்துகொண்டிருந்த உணவுப் பொருள் களைக் கொள்ளையடித்தனர். இவ்வாறு அவர்கள் பகைவர்க்கு இழைத்துவந்த துன்பங்கள் பலவாகும்.

## மொகலாயர் முற்றுகை

ஷய்ஸ்டகான் பூனாவைக் கைப்பற்றிக்கொண்டார். அவர் அதற்கு அப்பால் சென்றபொழுது எதிர்ப்புப் பலப்பட்டது. மஹாராஷ்டிரப் பரிவீரர் திடீர் திடீரென்று வந்து மொகலாயர் போர்க் கருவிகளையும் உணவுப் பொருள்களையும் சூறையாடிச் சென்றனர். ஷய்ஸ்டகான் பூனாவை அடுத்த கோட்டை ஒன்றை முற்றுகையிட்டார். அவர் அஃது எளிதில் பணிந்துவிடும் என்று நம்பினார். ஆனால் அவர் எண்ணியது தவறா யிற்று. அக் கோட்டையின் தலைவன் சிவாஜியின் உண்மையுள்ள நண்பன். ஆதலின் அவன் பகைவரது சேனைக் கடலைக் கண்டு அஞ்சவில்லை; தன் வீரரை உற்சாகப்படுத்திக் கோட்டையை உள்ளிருந்து காத்துவந்தான்; மலையடிவாரத்தில் இருந்த மொகலாயப் படைவீரர் மூன்று மாதகாலம் முற்றுகையிட்டனர். இதற்குள் சிவாஜியின் குதிரை வீரர் அடிக்கடி வந்து வழக்கம்போல அவர்களைக் கொன்று குவித்துப் பொருள்களைச் சூறையாடினர். எனினும் மொகலாயர் ஒருநாள் கோட்டைச் சுவரில் வெடிவைத்துப் பிளவு உண்டாக்கி உள் நுழைந்தனர். கோட்டைத் தலைவனும் அவன் வீரரும் தங்களால் முடிந்தவரை உள்நுழைந்த பகைவரைக் கொன்று இறுதியில் சிறைப்பட்டனர். ஷய்ஸ்டகான் அத்தலைவனது வீரத்தைப் பாராட்டித்

தம்முடன் சேர்ந்திருக்குமாறு யோசனை கூறினார். அத்தலைவன் அதனை ஏற்றுக்கொள்ளவில்லை. அவன் முடிவில் விடுதலை பெற்றுச் சிவாஜியிடம் சென்றுவிட்டான்.

## ஷய்ஸ்டகான் சலிப்பு

'கேவலம் ஒரு கோட்டையைக் கைப்பற்ற மூன்றுமாத காலம் செலவழிந்தது எனின், சிவாஜியிடம் உள்ள பல கோட்டைகளைக் கைப்பற்ற எவ்வளவு காலமாகும்? இப்பொழுது நமக்கு ஏற் பட்டுள்ள நஷ்டமே அதிகம்,' என்று ஷய்ஸ்டகான் பலவாறு எண்ணிச் சலிப்புக் கொண்டார். என்ன செய்வதென்பது அவருக்கு விளங்கவில்லை. அச்சமயத்தில் ஔரங்கசீப் ஷய்ஸ்டகானுக்கு உதவியாகச் சோதிபுரி அரசரான யசோவந்த சிங்கு என்பவரைப் பெருஞ் சேனையுடன் அனுப்பினார்.

## மீண்டும் படையெடுப்பு

புதிய படை துணைக்கு வந்தவுடன் மொகலாயப்படை கொதித்து எழுந்தது; கொங்கண நாட்டிற் புகுந்தது; சிவாஜிக்குச் சொந்தமான கல்யாண மாகாணத்தைக் கைப்பற்றியது. ஷய்ஸ்டகான் தாம் வழியில் வென்ற ஊர்களில் எல்லாம் படை வீரர் சிலரைக் காவல்புரிய விட்டுச் சென்றனர்.

## சிவாஜியின் கிளர்ச்சி

சிவாஜி தம் படைகளைப் பல கூறுகளாகப் பிரித்தார்; ஒன்றைக் கல்யாண மாகாணத்தை மீட்க அனுப்பினார்; மற்றொன்றை மொகலாயர் ஆட்சிக்கு உட்பட்ட ஊர்களைக் கொள்ளையடிக்க அனுப்பினார். இச்சேனை வீர ஆவேசம் கொண்டு அஹ்மத் நகரம், ஔரங்கபாத்

முதலிய நகரங்களைச் சூறையாடின. மக்கள் அச்சமும் கவலையும் கொண் டனர். மொகலாய அரசுக்கு உட்பட்ட தலைவர் மொகலாய அரசுக்குச் செலுத்தவேண்டும் இறைப் பணத்தை அனுப்பத் தயங்கினார். அதனை அறிந்த ஷய்ஸ்டகான் அவர்களை ஊக்கப்படுத்த ஒரு படையை அனுப்பினார். மஹாராஷ்டிரர் அப்படையைச் சிதற அடித்து வெற்றிகொண்டனர். பிறகு மற்றொரு சேனை அஹ்மத் நகருக்கு அருகில் வந்து மஹாராஷ்டிரரை எதிர்த்தது. அச்சேனையும் முறிபட்டு ஓடியது. அப்போரில் யானைகளும் குதிரைகளும் பிற பொருள்களும் பிடிபட்டன.

இதற்கு இடையில் சிவாஜி வீரர் சிலருடன் சென்று மொகலாயர்க்கு உட்பட்ட பிரபல கோட்டையை முற்றுகையிட்டார். அக்கோட்டைத் தலைவன் க்ஷத்ரியன். ஆதலால் அவன் வீராவேசம் கொண்டு போரிட்டான்; முடிவில் போரில் உயிர் துறந்தான். அவன் மனைவிய தீக்குளித்தனர். சிவாஜி அக்கோட்டையைக் கைப்பற்றினார். அக்கோட்டையில் அவருக்குப் பெரும் புதையல் கிடைத்தது.

இங்ஙனம் சிவாஜி தனிப்பட்ட நிலைகளில் நின்றும் படைகளை ஏவியும் கிளர்ச்சிப் போர்களை நடத்தினரே தவிர, மொகலாயப் படைக்கு முன் னின்று போர் செய்யவில்லை. அஃது அவரால் முடியாத காரியமாகும். ஆதலின் பகைவரை வஞ்சனையாற்றான் வெல்லவேண்டும் என்று அவர் கருதினார்; அதற்கு உரிய வழி வகைகளைச் சிம்ம கோட்டையில் தங்கி ஆராயலானார்.

## பூனாவில் ஷய்ஸ்டகான்

இதற்கிடையில் மாரிக்காலம் தொடங்கிவிட்டதால், ஷய்ஸ்டகான் பூன நகரில் தங்கவேண்டியவர் ஆனார்.

ஷய்ஸ்டகான் பூனாவில் தங்கியிருந்த மாளிகை, சிவாஜி இளம் பருவத்தில் தங்கியிருந்த மாளிகை ஆகும். பூனாவுக்குப் பன்னிரண்டு கல் தொலைவில் உள்ள சிம்மகோட்டையில் சிவாஜி இருந்ததால், ஷய்ஸ்டகான் தமக்கு மிகுந்த பாதுகாவலை ஏற்படுத்திக்கொண்டு எச்சரிக்கையோடு காலம் கழித்தார். மாளிகையின் ஒரு புறத்தில் ஷய்ஸ்டகானும் மறு புறத்தில் அவருடைய அந்தப் புர மாதரும் இருந்தனர். மாளிகையைச் சுற்றிக் காவல் வீரர் தங்கி இருந்தனர். பூனாவிலிருந்து சிம்மகோட்டைக்குச் செல்லும் வழியில் ஒரு கல் தொலைவில் யசோவந்தர் படையுடன் தங்கி இருந்தார்.

## சிவாஜியின் சூழ்ச்சி

ஷய்ஸ்டகானைச் சூழ்ச்சியால் அச்சுறுத்தி அடித்துத் துரத்தவேண்டும் என்பது சிவாஜியின் எண்ணம். சிவாஜி சூழ்ச்சியில் தேர்ந்தவர் என்பது ஷய்ஸ்டகான் நன்கறிந்தவர். ஆதலால் அவர் பூனாவில் இருந்த மஹாராஷ்டிரர்களிடம் கவனம் செலுத்தினார்; நகரிலிருந்து வெளிச் செல்வோரும் நகருக்குட் புகுபவரும் தம் அனுமதி பெறவேண்டும் என்று கட்டளையிட்டார்; தம்மிடம் வேலைபார்த்த மஹாராஷ்டிரரை நம்பாமல் நீக்கிவிட்டார்.

இந்த நிலையில் சிவாஜி ஒரு யோசனை செய்து தூதுவர் இருவரைப் பூனாவிற்கு அனுப்பினர். அவர் கள் மஹாராஷ்டிரப் பிரபு ஒருவரைச் சந்தித்துச் சிவாஜியின் கருத்தைக் கூறினர். உடனே அப் பிரபு தமது வீட்டில் திருமணம் என்றும் திருமண ஊர்வலம் நடத்த அனுமதி வேண்டும் என்றும் ஷய்ஸ்டகானுக்கு அறிவித்தார். ஊர்வலம் நடத்த அனுமதி கிடைத்தது. இதனை அறிந்த சிவாஜி வேறு சில முன் ஏற்பாடுகளையும் செய்யலானார்.

பூனாவுக்குக் கிழக்கே இரண்டு வழிகள் உண்டு. அவற்றில் ஒன்றில் சிவாஜியின் யோசனைப்படி ஆங்காங்கு மரக் கிளைகளில் தீவர்த்திகள் வைக்கப்பட்டன. அங்குள்ள காடுகளில் மேய்ந்து திரிந்த கால்நடைகளின் கொம்புகளிலும் தீவர்த்திகள் கொளுத்த ஏற்பாடாயிற்று. வழியில் உள்ள குன்றின்மீது பல இடங்களில் குழல் ஊதுபவரும் பறை அடிப்பவரும் நிறுத்தப்பட்டனர். சிவாஜி ஷய்ஸ்டகானைத் தாக்கித் திரும்பும்பொழுது தீவர்த் திகள் கொளுத்தப்படும்; பறையடிப்போரும் குழல் ஊதுவோரும் மாடுகளைத் துரத்திக்கொண்டு வேண்டும். அங்ஙனம் செய்யின், சிவாஜி அவ்வழியே செல்வதாக மொகலாயர் நம்பிப் பின் தொடர்வர்; அப்பொழுது சிவாஜி வேறுவழியே சிம்ம கோட்டைக்குச் சுகமாகச் சென்றுவிடலாம் என்பது சிவாஜியின் யோசனை.

சிம்மகோட்டைக்கும் பூனாவிற்கும் இடையில் உள்ள பாதையில் ஆங்காங்கு மாவலவீரர் மாறு வேடத்தில் நிறுத்தப்பட்டனர். குழல் ஓசை கேட்டதும் அவர் அனைவரும் திரண்டுவர ஏற்பாடாயிற்று. பூனா நகருக்கு அருகில் இருந்த மாந்தோப் பில் சில நூறு வீரர் பதுங்கி இருந்தனர். மொகலாயர் பாசறைக்குப் பக்கத்தில் இருநூறு வீரர் போர்க் கருவிகளுடன் தயாராக இருந்தனர்.

இவ்வளவு முன் ஏற்பாடுகளையும் செய்த பிறகே சிவாஜி, அப்ஸல்கானைச் சந்திக்கச் சென்றபொழுது சென்ற முறைப்படியே தற்காப்புடன் சென்றார். அவரைத் தொடர்ந்து இருநூறு வீரர் சென்றனர். குறித்த நேரத்தில் திருமண ஊர்வலம் நகர மதிற் புறமாக வந்தது. தாங்கள் திருமணத்திற்கு வந்தவராகக் காவலாளரிடம் கூறிவிட்டு மஹாராஷ்டிர வீரர் ஊர்வலத்திற் கலந்துகொண்டனர். ஊர்வலம் நள்ளிரவில் முடிவுற்றது.

## நள்ளிரவில் தாக்குதல்

அந்த மழைக்காலம் முஸ்லீம்கட்கு ரம்ஸான் நோன்புக் காலமாகும். அந்தக் காலத்தில் முஸ்லீம்கள் பகல் முழுவதும் பட்டினிகிடப்பர்; இராப் பொழுதில் உணவு கொள்வர். பகல் முழுவதும் பட்டினிகிடந்து இரவில் வயிறாரவுண்டதும் நல்ல உறக்கம் வருதல் இயல்புதானே! அதனால் ஷய்ஸ்ட கான் மாளிகையைக் காத்துவந்த வீரர் நல்ல உறக்கத்தில் ஆழ்ந்தனர். அம்மாளிகை தாம் வாழ்ந்த மாளிகை ஆதலால் அதன் ஒவ்வொரு பகுதியையும் சிவாஜி நன்கு அறிந்திருந்தார். அதனால் அவர் சமையல் அறைச் சுவரில் இருந்த ஜன்னல் வழியாக உள்ளே நுழைய எண்ணினார். ஆனால் ஷய்ஸ்டகான் தமது அந்தப்புர மாதரின் நலத்தைக் கருதி அந்தப் பகுதியைச் செங்கற்களால் அடைத்துவிட்டார். சிவாஜியும் அவருடைய வீரரும் அக்கற்களைப் பெயர்த்து வழி உண்டாக்கினர். சிவாஜி தமது வாளுடன் முதலில் உள்ளே குதித்தார்; பிறகு ஒவ்வொரு வீரரும் உள்ளே குதித்தனர்.

சிவாஜியின் வாளுக்கு முதலில் இரையானவன் ஷய்ஸ்டகான் மகன். அந்த ஓசை கேட்டுப் பெண்கள் விழித்தனர். தாதி ஒருத்தி ஷய்ஸ்டகானை அவசரமாக எழுப்பினாள். அவர், "அனுமதியின்றி உள்ளே வந்து தூக்கத்தைக் கெடுப்பவர் யார்?" என்று அதட்டிவிட்டு உறங்கலாயினர். ஆயினும் வேறொரு பணிப்பெண் வந்து ஆபத்தை உணர்த்த, அவர் கண் விழித்தார்; தூக்க மயக்கத்தில் செய்வகை தோன்றாது விழித்தார். அவ்வமயம் சிவாஜி அவர்மீது பாய்ந்து தம் வாளை ஓங்கினார். அதற்குள் மொகலாய வீரர் அவ்வறைக்குள் பாய்ந்தனர். சிவாஜி தம் வாளை அவர்கள் மீது வீச, வந்தவர் வீழ்ந்தனர். இக் குழப்பத்தில் ஷய்ஸ்டகான் தப்பி ஓட முயன்றார். அச்சமயத்தில் சிவாஜியின் வாள்

வீச்சால் அவர் கை விரல்கள் துண்டிக்கப்பட்டன. மாளிகைக்குள் ஒரே குழப்பம். "கொலை! கொலை! பகைவர்! பகைவர்!" என்ற கூச்சல் கிளம்பியது. "இனி இங்கு இருத்தல் ஆகாது" என்று சிவாஜி தம் வீரருடன் அக்குழப்பத்தினிடையே தப்பி நகருக்கு வெளியே வந்துவிட்டார்.

## மொகலாயர் ஏமாற்றம்

பகைவரிடமிருந்து வெளிப்பட்ட சிவாஜியும் வீரரும் பரிகள் மீதேறிச் சிம்ம கோட்டையை நோக்கிப் புறப்பட்டனர். அவ்வமயம் பறை ஒலி கிளம்பியது – ஆங்காங்கு இருந்த தீவர்த்திகள் கொளுத்தப்பட்டன. இடையர் வேடத்திலிருந்த மாவல வீரர் கால் நடைகளைத் துரத்திக்கொண்டு கிழக்கு நோக்கி ஓடினர். அங்ஙனம் ஓடியவர் சிவாஜியும் அவர் வீரருமே என்று எண்ணிய பகைவர் அவர்களைத் துரத்திக்கொண்டு சென்றனர். பொழுது விடிந்தது. அப்பொழுதுதான் மொகலாயர் தாம் மாடு மேய்ப்போரைத் துரத்தி வந்தனர் என்பதை உணர்ந்து கோபமும் வெட்க மும் அடைந்து திரும்பினர்.

## முற்றுகையும் தோல்வியும்

திரும்பிய அவ்வீரர் நேரே சிம்மகோட்டைக்குச் சென்று, அதனை வளைந்துகொண்டனர். அவர் கள் மதிற்புறத்தண்டை வந்ததும் கோட்டையில் இருந்த பீரங்கிகள் குண்டுகளைப் பொழிந்தன. சோர்வுடன் அலைந்து திரிந்த மொகலாயப் படை வீரர் பலர் அக்குண்டு மாரியைத் தாங்க முடியாது இறந்தனர்; சிலர் காயப்பட்டு வீழ்ந்தனர்; சிலர் புறங்காட்டி ஓடினர். ஓடின அவ்வீரரை வழியில் இருந்த சிவாஜியின் குதிரை வீரர்கள் தாக்கிக் கொன்றனர். இத்தனைத் துன்பங்கட்குத் தப்பிப் பிழைத்த மொகலாய வீரர்

பூனாவிற்குப் பறந்தோடினர்; நடந்த வற்றை எல்லாம் ஷயிஸ்ட்கானிடம் கூறினர்.

## மாளிகையில் உண்டான நஷ்டம்

மாளிகையில் நடந்த குழப்பத்தில் ஷய்ஸ்டகான் மகனும் சேனைத் தலைவன் ஒருவனும் கொல்லப்பட்டனர்; நாற்பது பணியாளரும் ஆறு பெண்மணிகளும் இறந்தனர்; ஷய்ஸ்டகானும் அவருடைய புதல்வர் இருவரும் எட்டுப் பெண்மணிகளும் காயப்பட்டனர். சிவாஜியின் வீரர் அறுவர் இறந்தனர்; நாற்பது பேர் காயப்பட்டனர்.

## யசோவந்தர்

சிவாஜியை ஒழித்தே தீருவது என்ற முடிவுடன் வந்த ஷய்ஸ்டகான் பெரிதும் மன வருத்தம் கொண்டார்; தம் அருமை மகனை இழந்தார்; தாமும் விரல் களை இழந்தார்; சேனையும் கரைந்துவிட்டது. அச்சேனை 'சிவாஜி' என்ற சொல் கேட்ட வுடனேயே அஞ்சத் தொடங்கியது. பெரு வீரரான ஷய்ஸ்ட கான் மனக்கவலை கொண்டார். அவ்வமயம் அவருக்கு உதவியாக வந்து, நகருக்கு வெளியே தம் படையுடன் தங்கியிருந்த யசோவந்த சிங்கு ஷய்ஸ்ட கானை வந்து கண்டார்; "வீரத் தலைவரே, எதிர்பாரா விதம் இந்தத் துன்பநிலை உண்டானதே!" என வருந்தினார். அவர் தக்க சமயத்தில் வராது போயினர் என்ற வெறுப்பினால் ஷய்ஸ்டகான் கீழ் வெட்டாக, "ஓ! நீரா? பகைவர் என்னைத் தாக்கியது கண்டு, நீர் அதற்கு முன்பே அவர்களை எதிர்த்து இறந்துபோனீர் என்றல்லவோ எண்ணினேன்!" என்று கூறினார்; தமது மானக்கேட்டிற்கு யசோ வந்தர்மீது பழி சுமத்தி ஔரங்கசீபுக்குக் கடிதம் அனுப்பினார்; உடனே ஔரங்கபாத் நகரத்திற்குப் படையுடன் சென்றுவிட்டார்.

## பேரரசர் கவலை

தமது தாய்மாமனான ஷய்ஸ்டகான் சிவாஜியிடம் பட்ட அவமானத்தைக் கேட்ட ஔரங்கசீப் மிகுந்த மனக்கவலை கொண்டார்; தக்கணத்தில் தமது மதிப்புக்குப் பங்கம் வந்ததே என்று கவலைப் பட்டார். அவர் ஷய்ஸ்டகானை வங்காளத்திற்கு மாற்றினார்; தமது மைந்தரான மௌஸம் என்பவரைத் தக்கணத்திற்கு அனுப்பினார்.

## சிவாஜியின் புகழ்

சிறந்த மொகலாயப் படையும் அதன் மாபெருந் தலைவரும் பட்டபாடு தக்கணம் முழுவதும் பரவியது. மஹாராஷ்டிர வீரரான சிவாஜியைப் பற்றி அனைவரும் அச்சமும் மரியாதையும் கொண்ட னர். பிஜப்பூர் அரசர் சிவாஜியைப் பெரிதும் மதிக் கத் தொடங்கினார். அதுவரை சிவாஜிக்கு அடங்காதிருந்த ஜாகீர்தார் சிலர் சிவாஜியின் நட்பை நாடிப் பெற்றனர். மொகலாயர் பலம் தக்கணத்தில் ஒடுங்கி விட்டதால் மஹாராஷ்டிர அரசு தலைதூக்கத் தொடங்கியது.

## 8. சிவாஜியும் சூரத் நகரமும்

### பழிவாங்க யோசனை

மொகலாயர் மஹாராஷ்டிர நாட்டிற் புகுந்து பல இடங்களில் கொள்ளையும் கொலையும் நடத்தினர் அல்லவா? அதற்கு ஈடாக அவர்கள் நாட்டிற் புகுந்து சிறந்த துறைமுகப் பட்டினமான சூரத்தைக் கொள்ளையடிக்கச் சிவாஜி விரும்பினார்.

### சூரத் நகரம்

சூரத் நகரம் தபதி நதியின் தென் கரையில் அமைந்தது; கடற்கரையில் இருந்து பன்னிரண்டு கல் தொலைவில் அமைந்தது. சூரத் கோட்டை பலம் பொருந்தியது. ஆனால் சூரத் நகரம் பாதுகாவல் அற்றது; வெட்ட வெளியில் அமைந்த நகரம். அது செல்வம் மிகுந்த நகரம்; பேரரசர்க்கு மட்டும் ஆண்டுதோறும் சுங்கவரியாகப் பன்னிரண்டு லக்ஷம் ரூபாய் செலுத்திவந்தது. இதனால் அதன் வாணிகச் சிறப்பை நன்கு உணரலாம்.

சூரத் நகரம் நான்கு சதுரக்கல் பரப்புடையது. அதனுள் அழகிய பூஞ்சோலைகளும் வெளிகளும் அமைந்திருந்தன. அதன் மக்கள் தொகை இரு

பதினாயிரம் ஆகும். தெருக்கள் குறுகலாக இருந்தன; வளைந்திருந்தன. செல்வர் விடுதிகள் ஆற்றின் கரை ஓரம் அமைந்திருந்தன. நகரத்தில் ஏழைமக்கள் வீடுகளே மிகுதி. அவை மூங்கில் முதலிய மரங்களால் இயன்றவை; தரை மண்தரை. ஒவ்வொரு தெருவிலும் இரண்டொரு வீடுகளே செங்கற் சுவர்களைக் கொண்டவை. இயற்கையாகவோ செயற்கையாகவோ அந்நகரத்திற்கு அரண் இல்லை. நகரமே பல மைல் பரப்புள்ள சமவெளியில் அமைந்திருந்தது.

## படையெடுப்பு அச்சம்

இங்ஙனம் பாதுகாப்பற்ற நகரத்தில் புகுந்து கொள்ளை அடிப்பது எளிதல்லவா? 'சிவாஜி ஒரு படையுடன் சூரத் நகரத்தை நோக்கி வருகிறார்; அவர் இருபத்தெட்டுக் கல் தொலைவில் இருக்கிறார்' என்ற செய்தி சூரத் நகருக்கு எட்டியது. உடனே குடிமக்கள் திகில் கொண்டனர்; தம் மனைவி மக்களை அழைத்துக்கொண்டு ஆற்றின் வட கரையை அடைந்தனர். பணக்காரர் கோட்டைக்குள் புகுந்துகொண்டனர். மறுநாள் இரவு சிவாஜி நகருக்கு ஐந்து கல் தொலைவில் வந்துவிட்டார் என்ற செய்தி எட்டியது. அது கேட்ட அந்நகர அதிகாரி நடுங்கினார். அவர் சிவாஜியுடன் ஒப்பந் தம் பேச ஒருவனை அனுப்பினார். அறிவிற் சிறந்த சிவாஜி, அத்தூதனைத் தன்னுடனே வைத்துக் கொண்டு சூரத்தை நோக்கி விரைந்தார். தாம் அனுப்பிய தூதன் வராததைக் கண்ட தலைவர் அச்சம்கொண்டு கோட்டைக்குள் சென்று ஒளிந்து கொண்டார். நகரக் கவர்னரே இவ்வாறு ஓடி ஒளிந்தார் எனின், மற்ற மக்கள் நிலை என்ன ஆகும்? நகரத்தில் இருந்த பெரும் பணக்காரர் தமக்கென்று அதுவரை பாதுகாப்பு உண்டாக்கிக் கொள்ளாதிருந்தது பெருந்தவறே அல்லவா? 'பணம் செலவழிந்து விடுமே!' என்று

கவலை கொண்ட காரணத்தாற்றான் அப்பணக்காரர் பாதுகாவலை ஏற்படுத்திக்கொள்ளவில்லை; இங்ஙனம் சேர்த்துவைக்கப்பட்ட பணத்தை மிக்க வருத்தத் துடன் விட்டுவிட்டுக் கோட்டைக்குள் புகுந்துகொண்டனர்.

## ஆங்கிலேயர் பாதுகாப்பு

நகரத்தில் தம் இடத்தைவிட்டு நகராமல் தக்க பாதுகாப்புச் செய்துகொண்டவர் ஆங்கிலேயரும் டச்சுக்காரருமே ஆவர். அவர்கள் மிகச் சிலராக இருந்தனர்; ஆயினும் அஞ்சாமையுடன் தங்கள் வாணிகக் கிடங்குகளைக் காவல் செய்தனர்; தம்மிடம் இருந்த சில பீரங்கிகளை நாற்புறமும் வைத்து மருந்திட்டுத் தயாராக இருந்தனர்.

## சூரத் கொள்ளை

சிவாஜி நாலாயிரம் பரிவீரருடன் வந்தார். அவரது கொள்ளையில் தமக்கும் பங்கு கிடைக்கும் என்ற ஆவலால் வழியில் சிற்றரசர் இருவர் தத்தம் படையுடன் சேர்ந்துகொண்டனர். இதனால் வந்த வீரர் தொகை ஏறத்தாழப் பதினாயிரம் ஆயிற்று. சிவாஜி நகரக் கவர்னருக்கும் பெருஞ் செல்வர் மூவர்க்கும் கடிதம் விடுத்தார்; பதில் வரவில்லை. அதனால் வெகுண்ட சிவாஜி நகரத்தைக் கொள்ளையிடக் கட்டளையிட்டார். ஒவ்வொரு செல்வர் வீடும் பரிசோதிக்கப்பட்டது; இருந்த பொருள் எடுத்துக் கொள்ளப்பட்டது; பிறகு வீட்டுக்குத் தீ வைக்கப் பட்டது. சிவாஜி தம் படையின் ஒரு பகுதியைக் கோட்டைத் தாக்குதலுக்கு அனுப்பினார். உடனே கோட்டையில் இருந்த பீரங்கிகள் குண்டுமாரியைப் பொழிந்தன. அக்குண்டுகள் நகரத்தையே நாச மாக்கின. இங்ஙனம் நான்கு நாள் சூரத் நகரம் பகைவராலும் கோட்டைப் பீரங்கிகளாலும்

பாழாயிற்று. சிவாஜிக்குக் கோடிக் கணக்கான ரூபாய்கள் மதிப்புள்ள பொருள்கள் கிடைத்தன. அவற்றுள் விலையுயர்ந்த முத்துகள், நகைகள், வைரக் கற்கள், மாணிக்கக் கற்கள், வெள்ளி – தங்கக் கட்டிகள் என்பன குறிப்பிடத் தக்கவை.

## சூரத் - தலைவன் சூழ்ச்சி

சிவாஜி நகரத்தைச் சூறையாடிக்கொண்டு இருந்தபொழுது, அந்நகரத் தலைவர் இளைஞன் ஒருவனைத் தூதனாகச் சிவாஜியிடம் அனுப்பினார். அத்தூதன் வந்து சில நிபந்தனைகளைச் சொன்னான். அவை சிவாஜியைச் சிறுமைப்படுத்துவனவாக இருந்தன. அதனால் வெகுண்ட சிவாஜி, "வீரனே, உன் தலைவர் பெண் பிள்ளையைப் போலக் கோட்டைக்குள் ஒளிந்துகொண்டு தூது விடுத்தல் சரி யன்று – வெளியில் வந்து வீரராக நின்று போர் செய்து, பிறகு பேசட்டும்" என்றார். உடனே அவ்விளைஞன், "அரசே, நாங்கள் பெண்கள் அல்லோம்" என்று கூறிக்கொண்டே தான் மறைத்து வைத்திருந்த சிறிய ஈட்டியுடன் சிவாஜிமீது பாய்ந்தான். உடனே சிவாஜியின் அருகில் இருந்த வீரர் அவனை வாளால் வெட்டி வீழ்த்தினர்.

## மொகலாயப் படை வருதல்

இங்ஙனம் சிவாஜி மொகலாயர் மீது தமக்கு இருந்த சினத்தை ஒருவாறு தணித்துக்கொண்டு நாடு திரும்பினார். எனினும் அவர் மீண்டும் வருவரோ என்ற அச்சத்தினால் நகர மக்கள் நகரத்தினுட் புகாமல் இருந்தனர். ஆயின் அஹ்மத் நகரத் திலிருந்து மொகலாயப்படை சூரத் வந்ததும், நகர மக்கள் அச்சம் நீங்கி வீடுகளை அமைக்கத் தொடங்கினர். கோட்டைக்குள் அடைப்பட்டிருந்த கவர்னர்

அப்பொழுதுதான் வெளியே வந்தார். வணிகர்க்கு உண்டான நஷ்டத்தை அறிந்த பேரரசர் ஒருவருடத்துச் சுங்கவரியைத் தள்ளிவிட்டார்.

## குடும்பக் கவலை

சிவாஜி தமது நாடு திரும்பிய பிறகு ஷாஜி தென்னாட்டில் இறந்துவிட்டார் என்ற செய்தி கேட்டார்; சிறு பிள்ளைபோல அழுது புலம்பினார்; தாயார் ஜீஜாபாய் உடன்கட்டை ஏறத் துணிந்தார்; ஆனால் சிவாஜியின் வேண்டுகோள்மீது உயிர் தாங்கி இருக்க உடன்பட்டார். தம் தந்தையார்க்குப் பிறகு 'இராஜா' என்ற பட்டம் சிவாஜிக்கு உரிய தாகும் அன்றோ? அதனால் அவர் 'இராஜா' என்ற பட்டம் சூடிக்கொண்டார்; தமது பெயரால் நாணயம் வெளியிட்டார்; படையை மேன்மேலும் பெருக்கினார்; நாட்டைக் குடிகள் பாராட்டும் வகையில் ஆன ஆண்டு வரலானார். அவரது கப்பற்படை மொகலாயர் கப்பல்கட்கு யமனாக இருந்து துன்பம் இழைத்துவந்தன. படைவீரர் அடிக்கடி மொகலாயர் நகரங்களிற் புகுந்து சூறையாடி வந்தனர்.

# 9. ஜயசிங்கு

ஔரங்கசீப் தமது நம்பிக்கைக்குப் பெரிதும் உரியவரான ஜயசிங்கு என்பவரையும் டிலவர்கான் என்பவரையும் சிவாஜியை அடக்கத் தெற்கே அனுப்பினார். ஜயசிங்கு பதினான்கு ஆயிரம் வீரருடன் புறப்பட்டு ஒரு மாதத்திற்குள் ஔரங்கபாத்தை அடைந்தார். அப்பெருவீரர் வயது முதிர்ந்தவர்; சிறு வயது முதல் மொகலாயரிடமே இருந்து வளர்ந்தவர்; மொகலாயர் புரிந்த எல்லாப் போர்களிலும் தொடர்பு கொண்டவர்; ஷாஜஹான் பேரரசர்க்கு உண்மையான சேனைத் தலைவருள் ஒருவராக இருந்தவர். அவரது சிறப்பை நன்கு உணர்ந்த ஔரங்கசீப் அவரை மிக்க மரியாதையுடன் நடத்திவந்தார்.

ஜயசிங்கு துருக்கி, பாரசீகம், உருது, இராஜ புத்திர மொழிகளில் வல்லவர்; அதனால் ஆப்கானியர், துருக்கியர், இராஜபுத்திரர், வட இந்தியர் ஆகிய வீரர்களைத் தம் படையில் வைத்து வெற்றி கரமாக நடத்திவந்தார். அவர் சிறந்த அரசியல் அறிஞர்; அவரவர்க்கு ஏற்றவாறு நடந்து நற்புகழ் பெற்றவர்; மிக்க பொறுமை உடையவர்; சுருங்கக் கூறின், மொகலாயர் உள்ளத்தைக் கவர்ந்த சேனைத் தலைவர் என்னலாம். அவர் வயது முதிர்ச்சியால் நயமான முறைகளில் பகைவரை வசியப் படுத்தலானார்; போருக்குப் பதிலாகத் தந்திர முறையில் ஒப்பந்தம் செய்துகொள்ளல்,

பொருளைக் கொடுத்துப் பகைவரை அடக்குதல் முதலிய செயல்களில் ஈடுபட்டார்; எதிர்கால விஷயங்களை ஆராய்ந் தறியும் கூரிய மதிவன்மை உடையவர்; அரசியல் தந்திரம் உடையவர்: நயமான பேச்சுகளில் சமர்த் தர்; தமது பேரரசுக்கு நஷ்டம் வராதவகையில் பகைவரிடம் காரியங்களைச் சாதிக்கும் ஆற்றல் உடையவர்.

இத்தகைய ஆற்றலும் பெருவீரமும் கொண்டவர் ஜயசிங்கு. அவர் நூற்றுக் கணக்கான போர்களில் வெற்றிமாலை புனைந்தவர். சிவாஜியோ சூழ்ச்சி யினாலும் சுதந்தர உணர்ச்சியாலும் தனியாசு காணப் புகுந்தவர்; பிஜப்பூர் அரசை வணங்கச் செய்தவர்; மொகலாயரையும் தந்திரத்தால் அலைக்கழித்தவர்; சிறிய அரசர். ஜயசிங்கு இச்சிவாஜியை அடக்கத் தெற்கு நோக்கி வந்தனர் எனின், சிவாஜியின் பெருமையை என்னென்பது!!

## பிஜப்பூர் அரசர் தவறு

ஜயசிங்குவை தெற்கே அனுப்பிய ஔரங்கசீப் பேரரசர் அத்துடன் நிற்கவில்லை; பிஜப்பூர்ச் சுல்தானுக்கு ஓலை போக்கிச் சிவாஜியைத் தாக்கு மாறு உற்சாகப்படுத்தினார். அந்த உற்சாகத்தில் மகிழ்ந்த சுல்தான், தாம் சிவாஜியுடன் செய்து கொண்டிருந்த சமாதான உடன்படிக்கையையும் மறந்தார்; கவாஸ்கான் என்பவர் தலைமையில் ஒரு சேனையைச் சிவாஜிமீது ஏவினார்.

சுத்த வீரராகிய சிவாஜி மனமகிழ்ச்சியுடன் கவாஸ்கான் படையைத் தம் நாட்டிற்குள் வரவிட்டார்; அச்சேனை ஒரு சங்கடமான மலை நாட்டை அடையும்வரை தாக்காமல் இருந்தார்; முன்னே போகவோ பின்னே திரும்பிச் செல்லவோ முடியாத இடம் ஒன்றில் அப்படை வந்ததும், தம் பரி வீரரையும்

காலாட் படையினரையும் ஏவினார். அவர்கள் இருபுறங்களிலும் வழிமறித்து நின்று சுல்தான் படையை நிலை கலங்கச் செய்தனர். உயிர் தப்பினாற் போதும் என்று கவாஸ்கான் ஓட்டமெடுத்தார்.

சுல்தான் தமது தவற்றை உணர்ந்தார்; பேரரசர் பேச்சைக் கேட்டதன் பலன் கைமேல் கிடைத்தது அன்றோ? 'தூரத்தில் உள்ள மொகலாயரை நம்பிப் பக்கத்து அரசரைப் பகைத்துக்கொள்ளல் என்றும் தவறு' என்பதை நன்கு உணர்ந்தார்; மீண்டும் சிவாஜியுடன் நட்புக்கொண்டு, பல போர்க் கருவிகளையும் பெரும் பொருளையும் சிவாஜிக்கு உதவினார். கோல்கொண்டாச் சுல்தானும் சிவாஜிக்குப் பொருள் உதவி செய்தார். இவ்வரசர் இருவரும் பேரரசர்க்கு அடங்கியவர் போலவும் காட்டிக்கொண்டனர்.

## ஜயசிங்குவின் அரசியல் தந்திரம்

சிவாஜி பிஜப்பூர் அரசையும் பல ஜாகீர்தார் களையும் புறங்கண்டவர்; சிறந்த தானைத் தலைவரான ஷய்ஸ்டகானை ஓடச் செய்தவர்; தக்கணத்தில் மொகலாயரது பெருமையைச் சிறுமையாக்கிவிட்டவர்; சூழ்ச்சியிற் சிறந்தவர். அவருடைய மாவல வீரர் வாட்போரில் சிறந்தவர்; அஞ்சா நெஞ்சம் படைத்தவர்; தனி அரசு உண்டாக்க உணர்ச்சியோடு பாடுபடுபவர். மொகலாயர் பெரும் படை கண்டு தங்கட்கும் ஆபத்து வருமோ என்று அஞ்சிப் பிஜப்பூர், கோல்கொண்டா அரசரும் சிவாஜியைச் சேரினும் சேரலாம். அரசியல் நிபுண ரான ஜயசிங்கு இவற்றை எல்லாம் யோசித்தார்; ஒரே சமயத்தில் பிஜப்பூரையும் மஹாராஷ்டிரத்தையும் கவனிக்கும்படியான நிலையில், நடு மஹாராஷ் டிரத்தைத் தாக்க விரும்பினார்.

ஜயசிங்கு பிஜப்பூர்ச் சுல்தானைத் தட்டிக் கொடுத்தார்; தம்முடன் சேர்ந்து சிவாஜியைத் தாக்கினால் பேரரசரது அன்பும் ஆதரவும் கிடைக்கும், திறைப் பணத்தொகை குறைக்கப்படும் என்று கூறினார்; சிவாஜிக்குப் பகைவரான எல்லாச் சிற்றரசர்க்கும் ஓலை போக்கினார்; சிவாஜியின் நம்பிக்கைக்குப் பாத்திரராக இருந்த சில தலைவர்கள் பெரும் பொருளுக்கு ஆசைப்பட்டு ஜய சிங்குவை அடைந்தனர். ஜயசிங்கு பேரரசரால் 'போர்த் தலைவர்' என முழு அதிகாரமும் அளிக்கப்பெற்றார்.

## போருக்கு முன்னேற்பாடுகள்

ஜயசிங்கு பூனாவில் வந்து தங்கினார். மஹாராஷ்டிர நாட்டு எல்லைப் பாதைகளில் முக்கிய இடங்களில் மொகலாயப் படை வீரரைக் காவல் வைத்தார்; சிறு சிறு படைகளை மஹாராஷ்டிர கிராமங் களை அழித்துக் குடிகளைப் பயமுறுத்தச் செய்தார்; மஹாராஷ்டிர நாட்டில் ஓரிடத்திலிருந்து மற்றோர் இடத்திற்கு உதவி செய்ய முடியாதவாறு தக்க இடங்களில் படை வீரர்களைத் தங்கச் செய்தார்.

## போர்

ஜயசிங்கு இவ்வளவு முன் ஏற்பாடுகளையும் செய்துவிட்டுத்தான் போரைத் தொடங்கினார். அவருடன் வந்த டிலவர்கான் 'புரந்தரக் கோட்டையை முற்றுகை யிட்டார்; அதனைக் கைப்பற்ற அரும்பாடுபட்டார்; பல வீரரைப் பலி கொடுத்தார். மஹாராஷ்டிரர் வீராவேசம் கொண்டு போராடினர். அதனால் டிலவர்கானது முயற்சி பயனற்றதாயிற்று. பின்னர் அவர் அக்கோட்டையின் அடிவாரத்தில் இருந்த மற்றெரு கோட்டையைக் கைப்பற்ற முனைந்தார்; பல வீரரைப்

பறிகொடுத்து வெற்றி கொண்டார்; எனினும் புரந்தரக் கோட்டையைக் கைப் பற்ற முடியவில்லை.

ஜயசிங்குவோ சிம்மகோட்டையை முற்றுகை யிட்டார்; தம் வீரரை ஏவிப் பல சிற்றூர்களைக் கொள்ளை அடித்தார்; பல நகரங்களைப் பாழாக்கினார். ஆனால் சிவாஜியின் பரிவீரர்கள் மொகலாயர் படைகளைத் திடீர்திடீர் என்று வந்து தாக்கித் துன்புறுத்தினர்; உணவுப் பொருள்களைக் கொள்ளையடித்தனர்; போர்க்கருவிகளைக் கவர்ந்து சென்றனர்.

## உடன்படிக்கை

இங்ஙனம் விடாப்பிடியாக நடந்த போராட்டத்தினால் இருதிறத்தாரும் சமாதானம் பெற விரும்பினர். அச்சமாதானத்தின்படி சிவாஜி மொகலாயரிடமிருந்து கைப்பற்றிய நாடுநகரங்களைத் திரும்பக் கொடுத்துவிடல் வேண்டும்; பிஜப்பூர்க்குச் சொந்தமாக இருந்து சிவாஜியிடம் சிக்கிய நாடுகளை, அவர், பேரரசர்க்கு அடங்கியவராக இருந்து அனுபவிக்க லாம்; சிவாஜியின் மகனான எட்டு வயது கொண்ட சாம்பாஜிக்கு 'ஐயாயிரம் வீரர்க்குத் தலைவன்' என்ற பட்டம் பேரரசர் தருவார்; சிவாஜியின் குதிரைப்படை ஒன்று மொகலாய சேனையில் சேவகம் புரிய வேண்டும்.

## பேரரசரைக் காணப் புறப்பாடு

ஔரங்கசீப் இந்தச் சமாதான உடன்படிக்கையை, ஜயசிங்குவின் சிபாரிசின் மீது, ஒப்புக் கொண்டார். பிறகு ஜயசிங்கு பிஜப்பூர் மீது பாய்ந்தனர். சிவாஜி அவருக்குப் பக்க பலமாக இருந்தார்; வெற்றிகண்டார். இதனைக் கேள்வியுற்ற ஔரங்கசீப் மகிழ்ந்து, சிவாஜியைத் தமது அவைக்கு வருமாறு அழைப்பு விடுத்தார். ஜயசிங்கு, "அப்பனே, நீ சுகமாகச் சென்று

வா. உனக்குப் பேரரசரால் தீங்கு நேராது. என் மகன் இராம சிங்கு உன்னைப் பாதுகாப்பான்." என்றனர். சிவாஜி ஒருவாறு துணிவு கொண்டு பேரரசரைக் காணப் புறப்பட்டார். அவரது பிரயாணச் செலவுக்குப் பேரரசர் ஒரு லக்ஷம் ரூபாய் உதவினார். சிவாஜி தம் மைந்தனுடனும் பெருவீரரும் உயிர்த்தோழருமான எழுவருடனும் அம்மை பவானியை வணங்கி, வடக்கு நோக்கிப் பிரயாணமானார்.

# 10. சிறைப்படலும் சிறை மீட்சியும்

## ஆக்ரா நகரில் சிவாஜி

வீர சிவாஜி ஜயசிங்குவின் ஆசிபெற்று ஆக ஆக்ரா நகரம் நோக்கிச் சென்றார்; வழியில் அந்தந்த நகரங்களில் மொகலாய உத்யோகஸ்தரால் வரவேற்கப்பட்டார்; வழிநெடுக நல்ல காட்சிகளைக் கண்டு கொண்டே வட இந்தியா சென்றார்; இறுதியில் பேரரசர் இருந்த ஆக்ரா நகரத்தை அடைந்தார். உடனே ஔரங்கசீப் ஜயசிங்குவின் மகனான இராம சிங்குவையும் மற்றொரு முஸ்லீம் தலைவனையும் அனுப்பினார். அவர்கள் சிவாஜியை எதிர்கொண்டு அழைத்தனர். தமது தகுதிக்கேற்ற அரசரை அனுப்பித்தம்மை வரவேற்கவில்லை என்ற வருத்தம் சிவாஜிக்கு இருந்தது. எனினும் அவர் அதனை வெளிக்காட்டவில்லை; பேரரசர் தமக்கென்று தயாரித்திருந்த மாளிகையில் பேரரசர் விருந்தினராகத் தங்கினார்.

## அரச சபை

ஒருநாள் சிவாஜி பேரரசரைக் காண ஏற்பாடாயிற்று. அன்று பேரரசர் அவையில் எள்ளிட இடம் இன்றிப் பிரபுக்கள் கூடியிருந்தனர். தக்கணத்தில் மொகலாயப் பேரரசை நடுங்கச் செய்த வீரரைக் காண அந்தப்புர

மா.இராசமாணிக்கம்

மாதரும் திரைமறைவிற் கூடினர். சிவாஜி சூழ்ச்சியில் வல்லவர் என்பதைப் பேரரசர் நன்கு அறிந்தவர். ஆதலால் சபை முழுவதும் காவல் நிறைந்திருந்தது. அரியணையைச் சுற்றிலும் வீரர் உருவின கத்தியுடன் நின்றிருந்தனர்.

## சிறைப்படல்

குறித்த நேரத்தில் இராமசிங்கு சிவாஜியை அழைத்து வந்தான். சிவாஜி பேரரசரை மும்முறை மண்டியிட்டு வணங்காமல், மும்முறை கையெடுத்து வணங்கினர். பேரரசர் அவரை வரவேற்றார்; இரண்டாம் படியில் உள்ள தலைவர்கள் இருக்கத் தக்க இடத்தில் சிவாஜியை அமர்த்துமாறு ஜாடை செய்தனர். சிவாஜிக்குச் சினம் பொங்கியது. அவர் உட்கார மறுத்து உரத்துப் பேசினார்; திடீரென்று ஏற்பட்ட அவமரியாதையால் மயக்கமுற்று வீழ்ந்தார். உடனே பேரரசர் கட்டளைப்படி அவர் தூக்கிச் செல்லப்பட்டார்; மயக்கம் தெளிவித்த பின், நகருக்கு வெளியே இருந்த தனி மாளிகைக்கு அனுப்பப்பட்டார். அவர் இருந்த மாளிகை வீரர் பலரால் காவல் செய்யப்பட்டது; அஃதாவது சிவாஜி பேரரசரால் சிறை செய்யப்பட்டார் என்பது பொருள்.

## சிவாஜியின் முயற்சி

தம்மைத் தக்கணத்திற்குப் போகவிடின், பிஜப்பூரையும் கோல்கொண்டாவையும் பேரரசில் சேர்ப்பதாகச் சிவாஜி சொல்லி அனுப்பினார். பேரரசர் “பொறுத்துக் கவனிப்போம்” என்று பதில் கூறிவிட்டார். பின்னர்ச் சிவாஜி பேரரசரை நேரில் சந்திக்க அனுமதிதர வேண்டும் என்று விரும்பினார். பேரரசரோ தந்திரசாலி; சிவாஜி பதினாயிரம் வீரர்க்கு இடையில் அப்சல்கானைக் கொன்றவர்; இருபதினாயிரம் வீரர்கட்கு இடையில் ஷய்ஸ்டகானைத் தண்டித்தவர்

என்பனவற்றை நன்கறிந்தவர். ஆதலால் அவர் சிவாஜி தம்மைத் சிவாஜி தனியே சந்திக்க அனுமதி தரவில்லை. பேரரசரின் முதல் அமைச்சரைக் கண்டு, தக்கணத்தில் மொகலாயப் பேரரசை விரிவாக்கத் தம்மைத் தெற்கே அனுப்புதல் நல்லது என்று பேரரசருக் குச் சிபாரிசு செய்யுமாறு வேண்டினார். அம்முதல் அமைச்சர் மனைவியார் ஷய்ஸ்டகான் தங்கை ஆவர். அந்த அம்மையார், "நீர் சிவாஜியுடன் தனித்துப் பேசுதல் உயிருக்கு ஆபத்து" என்று தம் கணவரை எச்சரித்தார். அது முதல் அம்முதல் அமைச்சர் சிவாஜியிடம் அதிகமாகப் பேசுவ தில்லை.

## ஜயசிங்குவின் கடிதம்

சிவாஜி இருந்த மாளிகை கடுமையாகக் காவல் புரியப்பட்டது. சிவாஜி சிறைப்பட்டார் என்பதை அறிந்த ஜயசிங்கு மிகுந்த மனவருத்தம் அடைந்தார்; தாம் சிவாஜியுடன் செய்துகொண்ட உடன் படிக்கைக்கு மாறாக அவரைச் சிறை செய்தது தவறு என்பதைப் பேரரசர்க்கே கடித மூலம் விளக்கினார்; சிவாஜி தக்கணத்திற்கு அனுப்பப்படின், அவர் மொகலாயர்க்கு உறுதுணையாக இருப்பார் என்பதையும் விளக்கி எழுதினார். 'சிவாஜியைச் சிறையில் வைப்பதாலோ, கொல்வதாலோ சிவாஜியின் அரசு வீழ்ச்சி அடையாது; அது செவ்வனே நடைபெற்று வருகிறது என்பதையும் விளக்கி எழு தினார்; சிவாஜியைத் தப்பிச் செல்லாதவாறு காவல் இருக்கத் தம் மகனையே நியமித்ததைப் பற்றிக் கண்டித்துக் கடிதம் எழுதினார்.

## பேரரசர் மனக்குழப்பம்

பேரரசர் ஜயசிங்குவின் கடிதத்தைப் பன் முறை வாசித்தார்; இராமசிங்குவைச் சிவாஜியைக் காக்கும் பொறுப்பில் இருந்து நீக்கினார்; சிவாஜியை என்ன

செய்வது என்பது தெரியாமல் தயங்கினார்; தம் மாமனை மானபங்கம் செய்து தம் நகரங்களைச் சூறையாடிய சிவாஜியை, அவர் தம்மிடம் அகப்பட்டு இருக்கும்பொழுது, சரியாகத் தண்டிக்க வேண்டும் என்று கருதினார்; 'நான் அனுப்பிய சிவாஜியைச் சிறைசெய்வதோ – தண்டிப்பதோ நான் உங்கள் சம்மதம் பெற்றுச் சொன்ன வாக்குறுதிக்கு மாறாகும். இனி நம் வார்த்தைகட்கு மதிப்பு உண்டாகாது. பேரரசர் கௌரவம் சிதைந்துவிடும்' என்று ஜய சிங்கு கடிதமூலம் செய்துள்ள எச்சரிக்கையை எண்ணி மனம் குழம்பினார். இங்ஙனமே மூன்று மாதங்கள் கடந்தன.

## சிவாஜியின் சூழ்ச்சி

சிவாஜி நியாயமான முறைகளில் தம்மை விடுதலை செய்யவேண்டும் என்று மன்றாடினார். அவர் முயற்சி பலன் அளிக்கவில்லை. அதனால் அவர் சூழ்ச்சியில் இறங்கினார்; தம்முடன் வந்தவரைத் தம் நாட்டிற்கு அனுப்ப உரிமை பெற்றார். அவர்கள் வெளிச் சென்றுவிட்ட பிறகு, சிவாஜி வாரத்தில் ஒருநாள் விரதம் கொண்டாடத் தொடங்கினார். அன்று அவர் விடுதியிலிருந்து கூடை கூடையாகத் தின்பண்டங்களும் பலவகைத் பழவகைகளும் மொகலாயப் பெருமக்கட்கும் பிராமணர்க்கும் சுவாமியார்கட்கும் அனுப்புவது வழக்கமாக ஏற்பட்டது. சிவாஜி தம் நாவன்மையாலும் கொடைத் திறத்தாலும் காவலாளிகளின் மனத்தைக் கவர்ந்தார். அக்காவலர் விடுதியிலிருந்து வெளிச் செல்லும் கூடைகளை முதலில் சோதித்தனரே அன்றிப் பின்னர்ச் சோதிக்க விரும்பவில்லை.

## சிறை மீட்சி

ஒரு நாள் சிவாஜி நோய் கொண்டார் என்று கூறப்பட்டது. வைத்தியர் பலர் வந்து சோதித்து

மருந்து கொடுத்தனர். எவரும் அவரைக் காணலாகாது என்று உத்தரவாயிற்று. அவரது உடல் நலத்திற்காகப் பழங்களும் உணவுப் பொருள்களும் பெரிய கூடைகளில் வைத்து வழக்கம் போல வெளியே அனுப்பப்பட்டன. இரண்டு கூடைகள் ஒரு கழியில் தொங்கவிடப்பட்டு எடுத்துச் செல்லப் பட்டன. அக்கூடைகள் ஒன்றில் சிவாஜியும் மற்றென்றில் அவர் மகன் சாம்பாஜியும் இருந்தனர். அக்கூடைகள் நகரத்திற்கு அப்பால் கொண்டு செல்லப்பட்டன. அப்பொழுது இரவு சுமார் ஏழு மணி இருக்கும். அங்கிருந்து சிவாஜியும் சாம்பாஜியும் ஆறு கல் நடந்தனர்; ஒரு கிராமத்தை அடைந்தனர்; ஹிந்து துறவிகளைப் போல வேடம் பூண்டனர்; அங்குத் தமக்கென்று தயாராக வைக்கப் பட்டிருந்த குதிரைகள் மீது அமர்ந்து காற்றினும் கடிதாக (வட) மதுரையை நோக்கிச் சென்றனர்.

## ஆக்ராவில் குழப்பம்

சிவாஜி சென்ற அன்றிரவிலும் அடுத்த நாள் மாலைவரையிலும் அவர் தப்பித்துக்கொண்டது வெளியாகவில்லை. அவரது படுக்கையில் அவருடன் வந்த வீரன் ஒருவன் முழுவதும் முக்காடிட்டுப் படுத்திருந்தான்; வேலையாள் போல நடித்த மற்றொரு வீரன் அவன் கால்களைப் பிடித்துக்கொண்டிருந்தான். இருள்படும் சமயம் இந்த இரு வீரரும் வாயிற் காவலரிடம் வந்து, "சிவாஜி அரசர் அயர்ந்து தூங்குகிறார். ஓசை யிடாமல் இருங்கள். வைத்தியரை அழைத்து வருவோம்" என்று கூறி வெளிச் சென்றனர்.

இங்ஙனம் சிவாஜியும் அவருடன் வந்த அனைவரும் தப்பி ஓடிவிட்டனர். காவலர் இரண்டு மூன்று மணிநேரம் கழித்து உட்சென்று கவனித்தனர்; விடுதியில் ஒருவரும் இல்லை; திடுக்கிட்டனர்; உடல் பதறநாக்குழறத்தம்

அதிகாரியிடம் சென்று முறையிட்டனர். அந்த அதிகாரி பதறிச் சென்று பேரரசரிடம் கூறினார்.

உடனே தக்கணப் பாதைகளில் காவல் இடப்பட்டது; சிவாஜியைக் கண்டறிந்து சிறை செய்யுமாறு மொகலாயப் பெருநாடு முழுவதும் ஓலைகள் பறந்தன. ஆக்ரா நகரம் முழுவதும் பலமுறை சோதிக்கப்பட்டது.கூண்டிலிருந்து தப்பிய பறவை அகப்படவில்லை.

## மாறுவேடத்தில் சிவாஜி

சிவாஜி மதுரையில், முன்னேற்பாட்டின்படி தப்பி வந்த தம் நண்பரைச் சந்தித்தார். யாவரும் துறவிகள் வேடம் பூண்டனர். சிவாஜி தமது மீசை, தாடி முதலியன களைந்து உருமாறினார். அவர் ஆக்ராவிலிருந்து நேரே தென்னாடு செல்லும் பாதைகளில் எல்லாம் பேரரசர் படைகள் தம்மைத் தேடித் திரியும் என்பதை அறிவார்; ஆதலின், நேரான வழிக் கொள்ளவில்லை; வட மதுரையில் தம் முதல் அமைச்சருக்கு உறவினர் மூவரைச் சந்தித்தார்; அவரிடம் சிறுவனாகிய சாம்பாஜியை ஒப்படைத்தார்; அவர்கள் யாத்திரை முடிந்து வரும் பொழுது உடன் அழைத்து வருமாறு பணித்து, அல்லஹபாத், காசி, கயை, பூரி முதலிய புண்ணிய ஸ்தலங்களைத் தரிசித்துக்கொண்டு கோல்கொண்டா வழியாக மஹாராஷ்டிர நாட்டை நாடிச் செல்லலானார். இந்தச் சிக்கலான நீண்ட பிரயாணப் பாதைவழியே வந்ததாற்றான் அவர் பகைவர் கையில் அகப்படவில்லை. அப்படியிருந்தும், வழியில் பலவாறு நடந்துகொள்ள வேண்டியவர் ஆனார்.

சிவாஜி தம்மிடம் இருந்த பெரிய தடியைத் துளையிட்டார்; அத்துளையில் தங்க நாணயங்களையும் விலைமிகுந்த இரத்தினங்களையும் போட்டு மறைத்து வைத்தார்; தமது காற் செருப்புகளில் சில மணி களை

மறைத்துத் தைத்தார். அவருடன் அவருடைய நண்பரும் புறப்பட்டனர். அவர்கள் அனைவரும் சில ஊர்களில் சிறிய வியாபாரிகளைப் போல வேடம் பூண்டு இருந்தனர்; இவ்வாறு உருமாறி யாத்திரை செய்தும் சில சந்தர்ப்பங்களில் ஐயப்படத்தக்க வராயினர்; ஆனால் சாமர்த்தியமாகத் தப்பித்துக் கொண்டு தாய் நாடு மீண்டனர்.

## தல யாத்திரை

ஒரு நாள் ஒரு நகரத்தில் அவர்கள் ஐயத்தின் மீது சிறைப்படுத்தப்பட்டனர்; ஒவ்வொருவரும் தனித்தனியே சோதிக்கப்பட்டனர். அவ்வூர்த் தலை வர் சிவாஜியைச் சோதித்தார். அப்பொழுது சிவாஜி உண்மையை உரைத்து அவருக்கு வைரமணிகளையும் இரத்தினங்களையும் கொடுத்துத் தப்பித்துக் கொண்டார்.

சிவாஜி பிரயாகையில் நீராடிக் காசிக்குச் சென்று விடிவதற்குள்ளே அந்நகரத்தை விட்டுப் புறப்பட்டுவிட்டார். ஏனெனில், அப்பொழுதுதான் அவர் ஆக்ராவிலிருந்து தப்பிச் சென்ற செய்தி காசிக்கு எட்டியது.

சிவாஜி கயையில், முன் ஏற்பாட்டின்படி அங்கு அனுப்பப்பட்டு இருந்த நண்பர் இருவரைச் சந்தித்தார். பிறகு நேரே பூரியை அடையப் பிரயாணமானார்; வழியில் நடப்பது கடினமாக இருந்ததால் ஒரு குதிரை வாங்க விரும்பினார்; கோணக் குதிரை ஒன்று கிடைத்தது. குதிரையை விற்பவன் கேட்ட பணத்தைத் தரச் சிவாஜி தம் பணப்பையை எடுத்தார். தங்க நாணயங்கள் நிரம்ப இருத்தலைக் கண்ட வியாபாரி, “நீர் தாம் சிவாஜி போலும்! தப்பி இந்த வேடத்தில் வருகின்றீர்” என்றான். உடனே சிவாஜி முழுப்பையையும் அவன் முகத்தின்மேல் வீசி எறிந்து கடுகி நடந்தார்; பூரியைத் தரிசித்த பிறகு

கோண்ட்வானா, ஹைதராபாத், பிஜப்பூர் நாடுகள் வழியாக வந்தார்.

கோதாவரிக்கரையில் இருந்த சிற்றூரில் சிவாஜியும் நண்பரும் தங்கினர்; ஒரு வீட்டில் உணவு கொண்டனர். உணவுப் பொருள்கள் குறைவாகப் படைக்கப்பட்டன. அப்பொழுது அவ் வீட்டுக் கிழவி, "துறவிகளே, உங்கள் மனம் மகிழ விருந்து செய்ய என்னால் முடியவில்லை. பாழும் சிவாஜி இந்தச் சிற்றூரைக் கொள்ளையிட்டான்; நாங்கள் பொருள்களை இழந்தோம்" என்று வருந்திக் கூறினாள். துறவிகள் இதனை மனதிற் கொண்டனர். சிவாஜி ஊர் அடைந்த பிறகு, அக்கிழவியை வரவழைத்து, அவள் இழந்த பொருளை விடப் பல மடங்கு மதிப்புள்ள செல்வத்தை அளித்து அவளை மகிழ்வித்தார்.

## தாயார் தரிசனம்

எல்லாத் துறவிகளும் இராஜகோட்டையை அடைந்தனர்; ஜீஜாபாயைக் காண விரும்பினர். அம்மையார் மிகுந்த பக்தியோடு சாதுக்களை வரவேற்றார். சாதுக்கள் சாதுக்கள் அம்மையாரை ஆசீர்வதித் தனர். ஆனால் ஒரு துறவி மட்டும் அவ்வம்மையாரை வணங்கினார். அம்மையார் திடுக்கிட்டார்; துறவி தம்மை வணங்கவேண்டிய தேவை இல்லையே என்று எண்ணிக் குழம்பினார்; உடனே, வணங்கிய துறவி தம் தலைப்பாகையை எடுத்தார். அம்மையார் அத்துறவியின் தலையில் இருந்த வடுவைக் கண்டார்; "சிவா!" என்று கூவினார். சிவாஜி "அம்மா!" என்று கூவிக்கொண்டே அவர் பாதங்களில் பணிந்தார். ஆருயிர் அன்னையார் தம் செல்வ மகனை மார்புறத் தழுவி ஆனந்தக் கண்ணீர் விட்டார். "அம்மை பவானி உன்னை ஆசீர்வதிப்பாளாக!" என்று ஆசீர்வதித்து மகிழ்ந்தார். பின்னர்ச் சில மாதங்களில் சாம்பாஜியும் வந்து தந்தையை அடைந்தான்.

# 11. பழிக்குப் பழி

## ஜயசிங்கு இறப்பு

சிவாஜி தப்பிச் சென்றவுடனே பேரரசர் இராமசிங்குவைத் தம் அரச சபைக்கு வரலாகா தென்று கட்டளை யிட்டார்; அவர் தந்தையாரான ஜயசிங்குவினிடமும் ஐயங்கொண்டார்; அவர் பிஜப்பூர் அரசரை அடக்க முடியாமைக்கு ஆத்திரங் கொண்டார்; இவ்விரு காரணங்களால் அவரைத் தக்கணத்தைவிட்டுத் தம்மிடம் வருமாறு கட்டளையிட்டார். வயது முதிர்ந்த ஜயசிங்கு தாங்க முடியாத மனக்கவலை அடைந்து ஆக்ராவை. நோக்கிப் புறப்பட்டார்; வழியில் நோய்ப்பட்டு உயிர் நீத்தார். பேரரசர் தம் மூத்த மைந்தர் மௌஸம் என்பவரையும் யசோவந்த சிங்குவையும் தக்கணத்திற்கு அனுப்பினார்.

## தக்கணத்தில் பேரரசர் பிரதிநிதிகள்

மௌஸம் பொழுதை இன்பமாகக் கழிப்பவர். யசோவந்த சிங்கு கவலையற்றவர். டிலவர்கான் முதலிய பிற சேனைத் தலைவர்கட்குள் ஒத்த உணர்ச்சி இல்லை. அவரவர் பொறாமைப் பேயின் திருவிளையாட்டில் ஈடுபட்டுப் பிணக்கம்கொண்டனர். பிஜப்பூர் அரசும் கோல்கொண்டா அரசும் மொகலாயர்மீது வெறுப்பும் அச்சமும் கொண்டிருந்தன.

## பேரரசர் உடன்படிக்கை

ஔரங்கசீப் சிவாஜியை வெல்லுமாறு தம் புத்திரர்க்கு ஆணையிட்டார். இன்பத்தில் பொழுது போக்கிவந்த மௌஸம் ஒரு படை திரட்டினார். அது கண்ட சிவாஜி, "இந்த மொகலாயருடன் கோல்கொண்டா, பிஜப்பூர்ச் சுல்தான்களும் சேர்ந்துகொள்ளின், நாம் வெற்றிகாண இயலாது, என்று கருதி, உடனே மொகலாயருடன் ஓர் உடன் படிக்கை செய்துகொண்டார். அதன்படி இரு திறத்தாரும் அமைதியாக ஈராண்டுகள் கழித்தனர்.

## சிவாஜியின் போர்த் தொடக்கம்

சிவாஜி அந்த இரண்டு ஆண்டுகளில் தமக்கு வேண்டிய பெரும்படையைத் தயாரித்தார்; புதிய போர்க் கருவிகளைச் செய்துகொண்டார்; முதலில் பிஜப்பூர்மீது பாய்ந்தார். ஓயாது சிவாஜியுடனும் மொகலாயருடனும் போர் தொடுத்து அலுத்துப் போன பிஜப்பூர் அரசர் சிவாஜியுடன் சமாதானம் செய்துகொண்டார்.

பின்னர்ச் சிவாஜி கோல்கொண்டா அரசர் மீது படையெடுத்தார். அவரும் பிஜப்பூர் அரசரைப் பின்பற்றிச் சிவாஜியுடன் ஓர் உடன்படிக்கை செய்துகொண்டார். தக்கணத்தில் பெருமைபெற்றிருந்த இரண்டு அரசுகள் இங்ஙனம் பணிந்தவுடன், சிவாஜி மொகலாயர் ஆட்சிக்குட்பட்ட பகுதிகளைத் தாக்கிப் பழிவாங்க எண்ணினார்.

## மொகலாயருடன் போர்

மொகலாயப் பிரதிநிதியான மௌஸம் இளவரசரும் அவரைச் சேர்ந்த படைவீரரும் ஒரு கட்சியினர்; டிலவர்கானும் அவரை ஆதரித்தவர்களும் பிறிதொரு கட்சியினர். இவ்வாறு தக்கணத்தில் இருந்த மொகலாயப் படைவீரர் இரு கட்சியினராகி மனக்கசப்பு மிகுந்து, எதனிலும் கவலை காட்டா

திருந்தனர். சிவாஜி அந்நிலையைத் தமக்குச் சாதகமாகப் பயன்படுத்தலானார். அவர் நாற்புறமும் படைகளை ஏவினார்; தாம் ஜயசிங்குவினுடன் செய்துகொண்ட ஒப்பந்தப்படி மொகலாயர்க்கு விட்டுவிட்ட நாடுகளையும் கோட்டைகளையும் கைப் பற்றுமாறு கட்டளையிட்டார்; பண்பட்ட வேறு சில படைகளை, மொகலாயர் ஆட்சியில் இருந்த நகரங்களைக் கொள்ளையடித்துக் கைப்பற்றுமாறு செய்தார்.

## சூரத்தைச் சூறையாடல்

சிவாஜி பதினையாயிரம் குதிரை வீரருடன் சூரத்தைத் தாக்கினார்; பிரஞ்சுக்காரர் முதலிய வியாபாரக் கம்பெனியார் பெரும் பொருள் தந்து தங்கள் கிடங்குகளைக் காத்துக்கொண்டனர். முன் போலவே பணக்காரர் இல்லங்களில் இருந்த செல்வம் எடுத்துக்கொள்ளப்பட்டது. பொன், மணிகள், ஆடைகள் முதலியன கைப்பற்றப்பட்டன. இவ் வாறு மூன்று நாட்கள் சூரத் நகரம் சூறையாடப் பட்டது. சிவாஜி தம் படையைப் பெருக்குவதற்கும் அரசியலை வலுப்படுத்துவதற்கும் சூரத் செல்வம் இருமுறை பயன்பட்டது.

## மொகலாயருடன் பல போர்கள்

ஔரங்கசீப் வீர சிவாஜிமீது ஏவிய தானைத் தலைவர் பலர் ஆவர்; அவர்கள் போர் செய்த இடங்கள் பல ஆகும். ஆனால் முடிவு என்ன? மொகலாயர் செல்வாக்குத் தக்கணத்தில் குறைந்து விட்டது. மஹாராஷ்டிரர் அரசு விரிவு அடைந்துவிட்டது. பிஜப்பூர், கோல்கொண்டா அரசுகள் வலி இழந்தன.

இங்ஙனம் சிவாஜி ஏறத்தாழ முப்பது ஆண்டுகள் பேரரசுகளுடன் ஓயாது போரிட்டு, மஹாராஷ் டிரர்க்கென்று தனி அரசை ஸ்தாபித்தனர்.

## 12. சிவாஜியின் குண நலன்கள்

### முடிசூட்டு விழா

**பகைவர்களை** ஒருவாறு அடக்கிய சிவாஜி, 'அரசர்' என்ற முறையில் முடிசூடிக்கொள்ள விரும்பினார். அவ்விழா இராஜபுத்திர சம்பிரதாயத் துடன் கி.பி.1674-ஆம் ஆண்டு ஜூன் மாதம் ஆறாம் தேதி மஹாராஷ்டிர மக்கள் அகமும் முகமும் குளிர நடைபெற்றது. சிவாஜி அரசர் அரியணை ஏறிய நாளை முதலாகக் கொண்டு, அவர் பெயரால் சிவ சகம் என்ற சகாப்தம் தொடக்கமாகி ஏறத் தாழ 110 ஆண்டுகள் நிலைநின்றது.

### கர்நாடகம்

ஷாஜி மன்னர் கர்நாடகத்தை வென்று ஆண்டு வந்தார் அல்லவா? அவருக்குப் பின் அவரது இரண்டாம் மனைவியின் புத்திரரான வெங்காஜி என்பவர் அரசாண்டார். அவரது தலைநகரம் தஞ்சா வூர். அவர் சிவாஜி அடைந்த வெற்றிகளில் பொறாமை கொண்டிருந்தார். சிவாஜி கர்நாடகம் சென்று பல நாடுகளை வென்றார்; தம் தம்பியா ரான வெங்காஜிக்கு அறிவுரை புகன்று நல்வழிப் படுத்தினார்.

## சாம்பாஜி

சிவாஜி மன்னருக்கு மூத்த புத்திரராகிய சாம்பாஜி தந்தையாரைப் போன்ற குணநலன்கள் வாய்க்கப்பெறாதவர்; கேளிக்கைகளில் ஈடுபட்டவர்; ஒருநாள் அரசர் அவரைக் கடிந்துகொண்டார். அதனால் அவர் மொகலாயருடன் சேர்ந்து. கொண்டு மஹாராஷ்டிரத்தின் கோட்டைகளைத் தாக்கலானார்; இறுதியில் சிவாஜியின் உருக்கமான நன்மொழிகளில் ஈடுபட்டுத் தந்தையை அடைந்தார். சிவாஜிக்குப் பிறகு அவரே அரசர் ஆனார்.

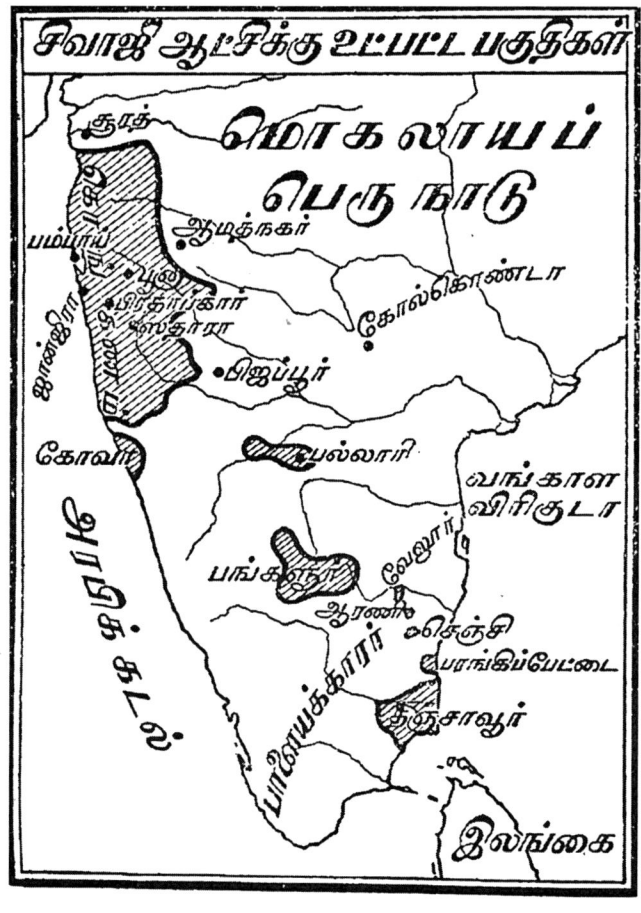

## குண நலன்கள்

சிவாஜி கி.பி. 1627–ல் பிறந்தார்; 1680–ல் காலமானார்; அஃதாவது அவர் ஏறத்தாழ 53 வயது. வரை வாழ்ந்திருந்தார். அவர் ஏறக்குறையத் தம் பதினாறாம் வயதுமுதல் முப்பது ஆண்டுகள் இராப் பகலாக உழைத்து – பேரரசுகளுடன் போரிட்டு இறுதியில் தமக்கென்று தனி அரசை ஏற்படுத்திக் கொண்டார். ஜாகீர்தார் புத்திரராகப் பிறந்த அவர், தமது விடாமுயற்சியால் பெரிய அரசினைத் தோற்றுவித்தமை பாராட்டத்தக்க தன்றோ? அவரது மதிநுட்பமும் சூழ்ச்சித் திறமையும் அஞ்சாமையும் வீரர்களைத் தயாரிக்கும் திறமும் அவர்களை அடக்கி ஆண்டமையுமே அவரது பெரு வெற்றிக்கு அடிப்படை ஆகும்.

அவர் பெற்றோரிடமும் ஆசிரியராக இருந்த மறையவரிடமும் நடந்துகொண்ட மாதிரி மாணவர் கவனித்துப் பின்பற்றத் தக்கது. 'அன்னையும் பிதாவும் முன்னறி தெய்வம்' என்பதை என்பதை அவர் அறிந்து நடந்துவந்தார்; அன்னையின் அநுமதியும் ஆசியும் பெறாமல் அவர் எப்போருக்கும் சென்றதில்லை. அவரைப் பெற்றவரும் ஜீஜாபாய் அம்மையாரே; வளர்த்தவரும் அவரே ஆவர். அவரே சிவாஜிக்கு இதிகாச–புராணக் கதைகள் மூலமாக வீரத்தை ஊட்டியவர்; நல்லொழுக்கத்தைப் புகுத்தியவர். ஆதலின் வீர சிவாஜி தம் தாயாரைக் கண் கண்ட தெய்வமாகப் போற்றிவந்தார்.

சிவாஜி வேந்தர் தம்மைப் படிப்பித்த ஆசிரியரைத் தந்தைபோலக் கருதி அன்புடனும் அடக்கத்துடனும் நடந்துவந்தார். அதனாற்றான் அம்மறையவர், சிறுவரான சிவாஜிக்குக் கல்வியறிவுடன் ஆட்சி அறிவையும் கற்பித்தார்.

சிவாஜி மன்னர் இளமை முதலே பவானி அம்மனை வழிபட்டு வந்தவர்; அந்த அம்மனை வேண்டாது எக்காரியத்துக்கும் சென்ற வழக்கம் இல்லை. அவர் மஹாராஷ்டிரத்தில் இருந்த மஹான்களிடம் மிக்க மதிப்பும் பக்தியும் கொண்டவர்; துக்காராம் போன்ற துறவிகள் செய்த சமயச் சொற்பொழிவுகளில் ஈடுபட்டவர். அவர்களுடைய பிரசங்கங்கள் எங்கு நடைபெறினும் அங்குச் சென்று கேட்கும் பழக்கம் உடையவர். அவருக்குச் சமய ண்மைகளை அறிய ஆவல் இருந்தது. சமய உணர்ச்சி மனித வாழ்வை நல்வாழ்வு ஆக்குவது என்பது அவரது கருத்து. சிவாஜி துக்காராம் சுவாமிகளிடம் கொண்ட கரைகடந்த மரியாதைக்கு அடையாளமாக, அவர் புத்திரர்க்கு மூன்று சிற்றூர்களை மானியமாகவிட்டார். சிவாஜி அரசர் இராம தாஸ் என்ற துறவியாரிடமும் மிக்க பக்திகொண்டிருந்தார்; அவரிடம் ஞான உபதேசம் பெற்றார்.

வெற்றி வேந்தராகிய சிவாஜி இந்து மதத் துறவிகளை மதித்து நடந்தாற் போலவே முஸ்லீம் பெரியார்களிடமும் கிறிஸ்தவப் பெரியார்களிடமும் கௌரவமாக நடந்துவந்தார். அவர் படையெடுத்த நாடுகளிலும் ஊர்களிலும் இருந்த பிற சமயக் கோவில்களைச் சீர்குலைத்ததில்லை.

அவர் தம்முடைய நண்பர்களை எக்காலத்திலும் கைவிட்டதில்லை; தவறு செய்தவர் யாவரே ஆயினும் தண்டியாதுவிடார்; போரில் போரில் தோற்ற அரசரையோ, படைத்தலைவரையோ கண்ணியமாக நடத்தி, அவர்கட்கு வேண்டிய ஆடை அணிகளைத் தந்து, அவரவர் ஊர்கட்கு அனுப்புவது அவர் வழக்கம். தம் கைப்பட்ட அரண்களில் அகப்பட்ட மாதரைத் தாய்மாரைப்போலவும் உடன்பிறந்தாரைப் போலவும் அன்பாக நடத்தித் தக்க காவலருடன் அவர்களைத் தம் உற்றார் உறவினரிடம் அனுப்புதல் அவரது

பெருந்தன்மையான பழக்க மாக இருந்தது.

மஹாராஷ்டிர வீரரான சிவாஜி மன்னர் கொடையிற் சிறந்தவர்; ஏழைகளிடம் இறக்கம் கொண்டவர்; பிறர்க்கு உதவாமல் பெரும் பொருளைச் சேமித்த செல்வரிடம் இரக்கம் காட்டாதவர்; மாவல வீரரிடம் உண்மையான அன்பு கொண்டவர்; அவர்களை வீரர்களாக்கியவர்; தம் பொருட்டு உயிர்விடத் தயங்காதவாறு அவர்கள் உள்ளத்தைக் கவர்ந்தவர். அவர் போரில் இறந்த வீரர் குடும்பங்களை மிகுந்த மரியாதையுடன் நடத்தி வந்தவர்; போரில் புண்பட்ட வீரரை நேரிற் கண்டு அன்போடு பேசி அவர் நோயை அகற்ற முயன்றவர்.

சிவாஜி சிறந்த அரசியல் அறிஞர்; சாம-பேத-தான்-தண்டங்களால் பேரரசரையும் சிற்றரசரையும் நிலைகுலையச் செய்தவர்; பகைவரைத் திகில்கொள்ளச் செய்து ஓடச் செய்தலில் சமர்த்தர்; சமயோசித அறிவு திறம்படப் படைத்தவர். கூடையில் ஒளிந்துகொண்டு தப்பித்துக்கொண்ட ஒன்றே அவரது சமயோசித அறிவின் திறனை நன்கு காட்ட வல்லது. வணங்காமுடி மன்னராகிய ஔ ரங்க சீபைத் தடுமாறச் செய்த பேராற்றல் பேராற்றல் வேறுசிவாஜியின் குண நலன்கள் யாரிடம் காண இயலும்? சிவாஜியை அடக்கப்பெயர் பெற்ற தம் அரசியல் நிபுணர்களை எல்லாம் ஒருவர் பின் ஒருவராக ஔரங்கசீப் தக்கணத்திற்கு அனுப்பினார் – அனுப்பித் தோல்வியுற்றார் எனின், சிவாஜியின் அரசியல் அறிவையும் மதிநுட்பத்தையும் போர்த் திறமையையும் என்னெனக் கூறி வியப்பது!

இப்பெரு வீரர் திருப்பெயர் நீடு வாழ்க!